சந்தியா
பதிப்பகம்

வண்ணதாசன் என்கிற கல்யாண சுந்தரம் பிரிட்டிஷ் இந்தியாவில் 22.08.1946இல் பிறந்தவர். பொதுவுடைமைக் கட்சியின் இதழாகிய ‘தாமரை’யின் தொடக்ககால ஆசிரியர் தி.க. சிவசங்கரனின் மகன். திருநெல்வேலியில் 21E சுடலைமாடன் தெரு இவரது ஜென்ம பூமி. இதே தெருவின் எண் 28இல் இளம் பருவத் தோழனாய் இருந்தவர் கலாப்ரியா. கலாப்ரியாவுக்கு இவர் கல்யாணி அண்ணன். இன்றுவரை இலக்கியத்தில் தனக்கு முன்னோடியாக வழி காட்டியாக ‘கல்யாணி அண்ணனைத் தான் சொல்லிக் கொண்டிருக்கிறார். வண்ணநிலவனும் விக்ரமாதித்யனும் சமகால எழுத்தாளர்கள்; தோழர்கள்; ஊர்க்காரர்கள். தமிழ்ச் சிறுகதை உலகில் 50 ஆண்டுகள் நிறைவு செய்த பின்னும் தளர்வின்றித் தடம் பதித்து வரும் வண்ணதாசன் தனது கவிதைகளுக்கு ‘கல்யாண்ஜி’ என்ற புனைப்பெயரைத் தழுவிக்கொள்கிறார். 36 வருடங்கள் வங்கியில் பணிபுரிந்தார். வங்கி வாழ்க்கை எவ்விதத்திலும் அவரது இயல்பு வாழ்க்கைக்கு எதிராக இருந்ததில்லை என்பதை அவரது படைப்புகள் நிரூபண சான்றாவணங்களாக மெய்ப்பிக்கின்றன. பணி இட மாற்றங்களின் பொருட்டு நகர்ந்து சென்ற இடங்களில் காணும் மனிதர்களே வாழ்க்கை சார்ந்த தேடலின் பாடமாகவும் பாடபேதங்களாகவும் இருந்துள்ளனர்.

‘நான் பயணித்த தூரம் குறைவு, பார்த்த இடங்கள் குறைவு’ என்று நேர்ப்பேச்சுகளில் இவர் கூறி வந்தாலும்

எதிர்ப்படும் மனித முகங்கள் ஒவ்வொன்றும் இவருக்கு ஒவ்வொரு உலகத்தைவிட்டுச் செல்கின்றன. அந்த ஒவ்வொரு உலகத்தின் பெருமூச்சும் பெருவியப்பும் இவருக்கு அனுபவங்களாகின்றன. மனித உணர்வுகளின் நோக்கை நுண்ணுணர்வைக் கண்டு சொல்கிற விந்தைக் கலைஞன் வண்ணதாசன் என்றால் அவற்றை அவர் பதிவு செய்யும் மொழியோ பிசிறற்றது; அசலானது. நம்மைப் பின்னிப் பிணைக்கும் வாய்மை நிறைந்த மாய வலை அது.

இதில் சிக்குண்டோர் பலர். அவர்களுக்குள்ளும் அன்பு விளியாக இவரை 'ஆசான்' என்று அழைக்கிறார் கவிஞர் சாம்ராஜ். 'அப்பா' என்றழைக்கிறார்கள் கவிஞர் இசையும் கவிஞர் வெண்ணிலாவும். ஆரவாரமற்ற உடல்மொழியும் மொழிநடையும் கொண்ட வண்ணதாசனின் மண்டலம் மென்னிழைகளாலும் மென்மொழியாலும் கட்டப் பட்டிருந்தாலும் அதில் உட்பொதிந்திருக்கும் வீர்யத்தையும் கனலையும் ஆவேசத்தையும் கண்டுணர்ந்து வெளிப் படுத்தி எழுதியவர் தமிழ்ச்செல்வன். 'வாழ்க்கைக்கென்ன அது பாட்டுக்கு என்னென்னவோ சொல்கிறது. வாழ்க்கை மாதிரி அலுக்காத கதை சொல்லி கிடையவே கிடையாது' என்று பேசுகிற வண்ணதாசனின் கதைகளும் கவிதைகளும் கடிதங்களும் மனித வாழ்க்கையையும் அதன் அனைத்து சாத்தியப்பாடுகளையும் நமக்கு வாரி வழங்கிக் கொண்டிருக்கின்றன. 'தானாக நிகழ்வதுதான் தரிசனம்' என்கிற லா.ச.ராவின் வரிகள் வண்ணதாசனின் வாழ்வுக்கும் அவரை வந்தடைகிற வாசகர்களுக்கும் முற்றிலும் பொருந்தும் எனச் சொல்லத் தோன்றுகிறது.

சந்தியா நடராஜன்

மதுரம்

வண்ணதாசன்

சந்தியா பதிப்பகம்
சென்னை - 83

மதுரம்

© வண்ணதாசன்

முதற்பதிப்பு: டிசம்பர் 2018

அளவு: டெமி ● தாள்: 60gsm ● பக்கம்: 136
அச்சு அளவு: 11 புள்ளி ● விலை: 165/-
அச்சாக்கம்: அருணா எண்டர்பிரைசஸ்
சென்னை - 40.

சந்தியா பதிப்பகம்
புதிய எண்: 77, 53வது தெரு, 9வது அவென்யூ,
அசோக் நகர், சென்னை - 600 083.
தொலைபேசி: 24896979, 98409 52919.

ISBN: 978-93-87499-62-1

Madhuram

© Vannadasan

First Edition: 2018 ● Pages: 136

Printed at Aruna Enterprises.,
Chennai - 40.

Published by
Sandhya Publications
New No. 77, 53rd Street, 9th Avenue, Ashok Nagar,
Chennai - 600 083. Tamilnadu.
Ph : 044 - 24896979, 98409 52919.

Price Rs. 165/-

sandhyapathippagam@gmail.com
sandhyapublications@yahoo.com
www.sandhyapublications.com

SAN-820

கசங்கலுக்குள் பிரகாசம்

இந்தத் தொகுப்பின் பன்னிரண்டாவது கதையை இதுவரை எனக்கு எழுத முடியவில்லை, பதினோரு கதைகள் மட்டுமே என்று தீர்மானித்தாயிற்று. முன்னுரை மட்டுமே பாக்கி என்ற மனநிலை வந்திருந்தது. ஆனால் அந்தப் பன்னிரண்டாவது கதை எழுதுவதற்கானதாகவே இந்த இரண்டு தினங்களும் எல்லாம் நிகழ்ந்தபடி இருக்கின்றன.

நேற்றுக் காலையில் ரயிலை விட்டு இறங்கின பிறகும் அந்தச் சத்தம் கேட்டுக்கொண்டே இருந்தது. நாங்கள் வந்த பெட்டியில் ஒருவேளை அதனுடைய முதல் ரயில் பயணமாக இருக்கலாம். ஒரு வயது கூட இராது. பனிக்குல்லாய்க்குள் தெரிந்த அல்லது எட்டிப்பார்த்த, நெற்றி, கண்கள், மூக்கு, உதடுகள். நாடி தவிர, வேறு எதுவும் தெரியாத வகையில் பொதியப்பட்ட சின்னஞ்சிறு சிசு. நிசி எல்லாம் தாண்டிய பிந்திய ஜாமம். எல்லோரும் உறங்கிக்கொண்டு இருக்க, ஒரு இளம் நீலப் பால் வெளிச்சத்தில், அந்தக் குழந்தை மட்டும் தானாகப் பேசிக் கொண்டே இருக்கிறது.

ஒரு பிஞ்சு ஆணினுடையதா, பெண்ணினுடையதா, பறவையுடையதா, நதி நீரோட்டத்துடையதா, கூழாங்கற்களுடையதா, பூசணிப் பூப் பூக்கும் ஓசையா, ஒரு வாத்தியத்தில் இருந்து பெருகுவதா, ஒரு சுடர் ஒளிர்கையில் இப்படி ஒலியெழுமா, எங்காவது ஆலங்கட்டி மழை பெய்கிறதா? வெயிலின் இலை உதிரலா? ஒரு சித்திரக்காரனின் தூரிகை ஜாடியை அவனுடைய செல்லப் பூனை சரித்துவிட்டதா? இந்த உலகின் ஒரே களங்கமற்ற,

ஆனந்தமயமான குரலில் அது பேசிக்கொண்டே வந்ததை நான் கேட்டேன். அது மொழிகிற ஒரே உயிராகவும் நான் கேட்கிற ஒரே உயிராகவும் இந்த மொத்த உலகிலும் இருந்தோம். இந்தக் குரலை, எங்களை வீடுவரை ஏற்றி வந்த ஓலா ஓட்டுநர் பிரபாகரனிடம் நான் நெகிழ்ந்து சொல்ல முயன்று, அவர் அதற்கு வேறு ஒரு முதல் சவாரிக்குரிய பதிலைச் சொல்லியிருந்தால் அதுவே ஒரு பன்னிரண்டாவது கதையை எழுதியிருக்கும்.

இன்று சுமித்ரா சலூனில் முடிதிருத்திக்கொண்டேன். சுகுமாரனின் மூத்த பையனிடம் முன்பு செய்துகொண்டு இருந்தேன். 'ஒளியிலே தெரிவது' கதையில் அந்தப் பையன் சுபாஷ் சாயல் உண்டு. நான் தெய்வசிகாமணி சாரிடம் எப்படிப் பென்சில் சீவக் கற்றுக்கொண்டேனோ அதே போல சுபாஷிடமிருந்து ஒரு கத்தரிக்கோலை உபயோகிக்கக் கற்றுக்கொள்ளவும் சித்தமாக இருக்கிறேன். சுபாஷ் அவ்வளவு பெரிய கலைஞன். அதுதான் கலைஞன் என்று சொல்லி ஆயிற்றே. அப்புறம் எப்படி நேர்கோட்டில் மட்டும் நடப்பது சாத்தியம்? சுபாஷைப் பற்றி சுகுமாரனிடம் அந்தரங்கமாக விசாரித்துக்கொண்டு இருந்தேன்.

நான் நிலைக் கண்ணாடியைப் பிரிவதற்கு மனமே இல்லாமல், சுழல் நாற்காலியை விட்டு எழுந்ததும் சுற்றிச் சிந்திக்கிடந்ததைக் கூட்டி ஒதுக்க, கண்ணாடி அணிந்த, தாடி சீராக ஒதுக்கிய ஒரு துவக்க இருபது இளைஞன் ஆரம்பித்தார். 'என் கடைசிப் பையன் சார்' என்று சுகுமாரன் சொன்னார். நான் என் பெயரைச் சொல்லிக் கைகுலுக்கி அந்த 'காட் சன்'னுடன் அறிமுகம் செய்துகொண்டேன். நான் வந்தபின் என்னைப் பற்றி தகப்பனும் மகனும் அந்தக் கடவுளும் கடவுளின் குழந்தையும் பேசிக்கொண்டது என்ன எனத் தெரிந்தாலோ, அல்லது இன்னதாக இருக்கும் என நான் எதையேனும் யூகித்துக்கொண்டாலோ அதுவே பன்னிரண்டாவது கதையாக இருந்திருக்கும்.

ஜெபா ஸ்டோர்ஸ் கடைக்காரர், என்றும் இல்லாமல்,'சாருக்கு ஒரு பைபிள் தந்தால் வாங்கிக் கிடுவீங்களா?' என்று கேட்கிறார். நான் என்னிடம் இருக்கும் இரண்டு பைபிள்களையும் அவற்றைத் தந்த அல்போன்ஸ் தனராஜ் மற்றும் ஜெயபால் பற்றிச் சொல்கிறேன். என் தனிப்பட்ட காரணங்களால் எனக்குக் கண் கலங்குகிறது. கடைக்கு வெளியே நிற்கிற நான், கடைக்கு உள்ளே இருக்கும் அவருடைய கைகளைப் பிடித்துக் கொள்கிறேன். ஒரு எழுபத்திரண்டு வயதுக்காரன் பிடித்திருக்கிற ஒரு ஐம்பது வயது மனிதரின் கைகளில் எப்படி அந்தப் பன்னிரண்டாவது கதை இல்லாது போகும்?

தன்னுடைய அறுபத்தெட்டு வயது மனைவியை இழந்த மனிதரிடம் துக்கம் விசாரித்துவிட்டு வருகிறோம். இறந்தது எவ்வளவு அருமையான மனுஷி என்பது எங்கள் எல்லோர்க்கும் தெரியும். நான் என்னுடைய ஸ்ப்லெண்டரை உதைக்கையில் அவரும் பக்கத்தில் வந்து வழியனுப்புகிறார். ஏற்கனவே துக்கத்தில் உடைந்திருந்த குரல் மேலும் நொறுங்க, பக்கவாட்டில் தெருவோரம் அடர்ந்து வளர்ந்திருந்த தங்க அரளிச் செடிகளைக் காட்டுகிறார். மூங்கில் பட்டைகளுக்குள் பாதுகாப்பாக அசைகிற அவற்றைப் பார்த்து, 'எல்லாம் அவள் வச்சு உண்டாக்கினது. வெள்ளிக்கிழமை வரைக்கும் அதுல பூப் பறிச்சு சாமிக்கு வச்சுக் கும்பிட்டிருக்கா' என்று சொல்கையில் கண் தளும்புகிறது ஒரு பன்னிரண்டாவது கதை கன்னத்தில் வழிய.

தற்செயலாக இன்னொரு உறவினர் ரொம்ப முடியாமல் இருப்பதாகக் கேள்விப்பட்டு, வீட்டுக்கு வருகிற வழியில் அவரையும் பார்க்கப் போகிறோம். அந்தத் திரைச் சீலை அசைவே வேறு எதையோ சொல்வது போல இருந்தது. வீட்டில் நுழையும் போது சுவர்கள் திணறலுடன் மூச்சுவிடுவது தெரிந்தது. அவர் உள் அறையில் படுத்திருந்த கோணம் தாங்க முடியாத ஒன்று. மிக மிகப் பிரியமான அவருடைய முகம் மாத்திரைகளின் நரம்புத் தளர்த்தலில் மல்லாந்து வாய் அகலக் கூரையைப் பார்த்தது.

தோளில் கை வைத்து உலுக்கினார்கள். நான் வந்திருப்பதாக, என் பெயரைக் காதில் உரக்கச் சொன்னார்கள். 'ரெண்டு நாளைக்கு முன்னால கல்யாணி கல்யாணிண்ணு சொல்லிக்கிட்டே இருந்தாங்க' என்று என்னிடம் சொல்லி மறுபடியும் தோளை உலுக்கினார்கள். பொறுக்க முடியாமல் நான் வெளியே வந்து விட்டேன். என்னுடைய உரக்கச் சொல்லப்பட்ட பெயரோடு அந்தப் பன்னிரண்டாவது கதையை அவருடைய காதோரத் தலையணையில் விட்டுவிட்டு வந்திருக்கிறேன்.

எத்தனையோ வருடங்களுக்குப் பிறகு என் சினேகிதன் பரமனின் மகன் ராஜா வீட்டுக்கு வந்திருக்கிறான். ஜங்ஷன் பஸ் ஸ்டாண்டை இடிக்கிறார்கள். பரமனின் 'கிராஜுவேட் காபி பார்' டீக்கடையும் இடிபடும். ராஜா இப்போது யு.எஸ்ஸில் இருக்கிறான். ஒரு சிறிய மென்பொருள் நிறுவனப் பங்காளி. 'அந்த டீக் கடை தானே மாமா என்னை எஞ்சினீயர் ஆக்குச்சு. அதை லேசுல இடிக்கவிட்டிரக் கூடாதுண்ணு தான் போன வியாழக்கிழமை வந்தேன்' என்கிறான். பரமன் எனக்குக் கதைகளை மட்டும் அல்ல, மனிதரை மட்டும் அல்ல, கணிசமான ஒரு வாழ்வின்

பகுதியைத் தந்திருக்கிறான். அவன் இப்போது இல்லாவிட்டால் என்ன? மேலும் ஒரு பன்னிரண்டாவது கதையை அவனுடைய மகன் தரமாட்டானா என்ன?

ஒரு குளிர்ந்த மார்கழி மாதக் கருக்கலில் இப்படியாக ஒன்றுக்கு மேற்பட்ட பன்னிரண்டாவது கதைகள் குவிந்துவிட, நான் இந்தத் தொகுப்பில் இருக்கும் பதினோரு கதைகளை நினைத்துக் கொள்கிறேன்.

.இந்தப் பதினோரு கதைகளும் நான் இதற்கு முந்தி எழுதிய கதைகளை விடவும் வேறானவை என்று தோன்றுகிறது. கொழும்பு ராஜா ராணிக் குடையுடன் சந்திரா எங்கிருந்து வந்தாள்? பெத்தாச்சியும் சாஸ்தாக் குட்டியும், அய்யம்மாவும் அழகரும் கிளிக்கூண்டும் சிப்பியும் எப்படி ரோஹிணி மணியின் கோடுகளில் அவ்வளவு கச்சிதமாகப் பொருந்தினார்கள்? ஜெயக்கொடியும் மங்களமும் எப்படி மூலந்துறையைக் கண்டு பிடித்தார்கள்? எங்ஙனம் பாறையில் தீப்பிடிக்கும் கனவும், கொரில்லா பனிக்கட்டியைக் கடிக்கும் கனவும் சாத்தியம் ஆயிற்று?

சுலோச்சனாவுக்காக ராமராஜன் உருகுவதை எந்தப் புள்ளியில் காந்திமதி புரிந்துகொள்கிறாள். கதையில் வரும் ரீனா என்கிற சடை நாய்க்குட்டியின் இழப்பு எப்படி அதை வாசித்த ஒருத்தி இழந்த இன்னொரு நாய்க்குட்டியாக ஷ்யாமின் வரைதலில் உருக்கொள்ளும்? தெய்வானை மதுரத்தை எந்த இடத்தில் ஒப்புக்கொள்கிறாள்? ஒரு பெண்ணை மிகச் சரியாகவும், மிக மோசமாகவும் இன்னொரு பெண்ணால் தான் புரிந்துகொள்ள முடியுமோ? சைலஜாவின் கைகள் எப்படி பழனியப்பனின் கைகளை எடுத்துக் கொள்கின்றன? வல்லிக்கண்ணனின் ராஜவல்லிபுரம் நடுத்தெரு வீடு எப்படி ரெங்கம்மாவும் நவஜோதியும் நவீனாவும் சுயம்புலிங்கப் பெரியப்பாவும் ஊஞ்சலாட இடம் கொடுத்தது?

பூனையை ஸ்கெட்ச் செய்துகொண்டிருக்கும் ஒருவனின் தெருவில் இருக்கும் பெரிய வீடு எப்படி 'ஒரு வயதான பெரிய மனுஷி போல நடமாடிக்கொண்டே இருக்கிறது? மறுபடியும் மறுபடியும் நிறையக் கதைகளில் வந்துவிடுகிற பிச்சம்மாவின் நார்ப்பெட்டிகளை எந்த ஊர்ப் பனை நாரில் முடைந்தார்கள்? ராமையாத் தாத்தாவுடன் முங்கும் போது சுப்பையாவுக்கு அருவித் தடாக ஆழத்துக்குள் பிடிபடுகிற வெளிச்சம் எவ்வளவு அபூர்வமான உண்மை! எனக்கு எப்படிக் கசங்களுக்குள் பிரகாசம் இருக்கும் என்று தெரிய வந்தது?

யானை வீட்டைவிட்டு வெளியேறும் சொப்பனங்கள் வரும் எனில், திரவியம் பிள்ளை வீட்டுத் தட்டோட்டி ஓரத்தில் நீண்டு தொங்கும் வாலும் சலங்கைக் காலுமாக பச்சைக் குழந்தை போல ஒரு பைஜாமாக் குரங்கு அசையாமல் கிடப்பதற்கு சாத்தியம் உண்டு அல்லவா? சொர்ணம் மேஸ்திரி வீட்டைக் கண்டு பிடித்தாலும் பிடிக்காவிட்டாலும் அருணாச்சலத்தின் முன்னால் கைக்குத்து அவலும் வெள்ளரிப் பிஞ்சுமாக ஒரு கை நீளாதா போகும்?

ஒரு கைப்பிடி அவல் போல, இரண்டு வெள்ளரிப் பிஞ்சுகள் போல, இந்தத் தொகுப்பை என்னுடைய வாழ்த்தின் மற்றும் எங்கள் மகன் ராஜு, அவரது படைப்புக்களின் மேல் கொண்டிருக்கும் தீராத அன்பின் அடையாளமாக, இளைய சகா எஸ்.ராமகிருஷ்ணனுக்குப் படையலாக அளிக்கிறேன். அவர் வீட்டு முன்னால் வாசிக்கப் போகிற நாதஸ்வரக் கலைஞர்களில் யாரோ ஒருவருக்கு என்னுடைய முகச் சாயல் இருக்கும் என நினைத்துக் கொள்வது கூட இன்னொரு வகையில் அவரை நான் மனதாரக் கொண்டாடுவதுதான்.

இத் தொகுப்பில் உள்ள கதைகளை வெளியிட்ட ஆனந்த விகடன், தினமணி தீபாவளி மலர், கணையாழி, அம்ருதா, அந்திமழை, நம் நற்றிணை மற்றும் மலைகள்.காம் இதழ்களுக்கும்

இந்தத் தொகுப்பையும் வெளியிடும் சந்தியா பதிப்பகத்தின் திரு.சௌந்திரராஜன், திரு. நடராஜன் இருவர்க்கும்

சந்தியா பதிப்பகப் பணியாளர்கள் மேனகா லூகாஸ், பழனி, மற்றும் முருகவேல் உள்ளிட்டோர்க்கும் என் நன்றி உரித்தாகிறது.

கல்யாணி.சி.
17.12.2018.

உள்ளே...

நிரம்பியும் காலியாகவும்	13
கைக்குத்து அவலும் வெள்ளரிப் பிஞ்சும்	24
நடுவில் இருக்கிற பெண்	32
சீரங்கம்	50
திரு'ணாமலை	56
மதுரம்	70
அதற்கு மேல்	79
நதியானவள்	90
வித்தை	102
குடை நிழல் அமர்ந்து	112
ஒரு வேரைப் பிடித்தபடி	124

மதுரம்

நிரம்பியும் காலியாகவும்

'என்ன பெரியப்பா, உங்க ஊரில மழை கிடையாதா? எங்க ஊரிலே முந்தா நேத்து ராத்திரி ஊத்து ஊத்துண்ணு ஊத்தீட்டுது' ரெங்கம்மா இரு சக்கர வாகனத்தை நிறுத்திக்கொண்டு சுயம்பு லிங்கத்திடம் கேட்டாள். பக்கத்தில் ஓரமாக ஒரு பெண்ணும் எட்டு வயசுப் பிள்ளையும் நின்றார்கள். நிறுத்திய இடத்தில் பதிவாக இல்லாது மறுபடி நகர்த்திப் பக்கவாட்டில் சாய்த்தாள்.

'மூணு பேரும் இதுலயே வந்துட்டீங்களா?' என்று கேட்டவர் மூன்று பேரையுமே அரைவட்டமாகப் பார்த்தார்.

'உங்க ஊரில நீ இருக்கே. மழை பெய்யுது. இந்த ஊரில நான் இருக்கேன். மழை பெய்யலை. அப்படி வச்சுக்கிடுவோம்' என்று சுயம்புலிங்கம் சிரித்தார். 'அதெல்லாம் சரி. கூட ரெண்டு விருந்தாளியைக் கூட்டிக்கிட்டு வந்திருக்க. யாருண்ணு சொல்லாண்டாமா?' என்று அந்தப் பெண்ணிடம் போய் 'வா ம்மா' என்றார். பக்கத்தில் நின்ற பிள்ளையிடம் கைகுலுக்குவதற்குக் கையை நீட்டினார். இடது கையைப் பொத்தியபடி வலது கையை நீட்டிக் குலுக்கியது.

வலதுகையைத் தன் கைக்குள் வைத்தபடியே, 'அது என்ன அந்தக் கையிலே வச்சுக்கிட்டு எனக்குக் காட்ட மாட்டேங்க' என்று அந்த விரல்களைப் பிரித்தார். ஒரு சின்னச் சிரிப்போடும் விரல்கள் அவிழ்கிற கூச்சத்தோடும் அது நின்றது. முகத்தில் ஒரு ஓடை போல ஏதோ ஓடிக் கடந்து தன் முகம் ஆயிற்று.

‘மகிழம் பூ பெரியப்பா, நடுத்தெரு வழியா வந்தேன். பொன்னையா வாத்தியார் வீட்டு முன்னால குமிஞ்சு கிடக்கு. வேப்பம் பூவாண்ணு நவீனா கேட்டுது. நிப்பாட்டி, ‘இல்லை, மகிழம் பூண்ணு’ சொன்னேன். ஒரு குத்து அள்ளிக் கிட்டு வந்திருக்கு’ என்று சொன்னவள், ‘தாத்தா கிட்டே காட்டு நவீனா’ என்றாள். ‘நவ ஜோதிக்கு சுயம்புப் பெரியப்பாண்ணா யாருண்ணு தெரியும்’ கருத்த தோள்ப் பையோடு நிற்கும் பெண்ணின் தோளைத் தட்டி, அதுவே போதுமான அறிமுகம் போல மூன்று பேரும் தெருவாசல் நடை ஏறினார்கள்.

சுயம்பு கை வாக்கில் இயல்பாக ரெங்கம்மாவிடமிருந்து கனத்த பையை வாங்கிக்கொண்டார். பையின் ஒரு காது அறுந்து போகிற நிலையில் இருந்தது. ‘உங்க பெரியம்மை மாதிரிதான் நீயும் இருக்கே. ஜவுளிக்கடைக்காரன் சேலை துணிமணி தாங்குகிற கனத்துக்குண்ணு தச்சு ஓசீலே பையைக் கொடுக்கான், நீங்க அதிலே ஒரு வண்டிச் சாமானையும் ஒண்ணா வச்சுக் கொண்டாருவீங்க. அது எப்படித் தாங்கும்? வழியில பல்லைக் காட்டீரும்’ என்று ஒக்கலில் வைத்துப் பிடித்துக் கொண்டார்.

ரெங்கம்மா ஒன்றும் சொல்ல வில்லை. அது பெரியம்மை இருக்கிற காலத்தில் ரெங்கம்மாவுக்கு ஏதோ ரேஷன் சீனியைக் கொடுத்து அனுப்பிய ஒன்றுதான். அதற்குப் பிறகு நான்கைந்து தடவை வந்திருக்கிறாள் என்றாலும் இந்தப் பையை அவள் உபயோகிக்கவில்லை. ‘இந்தப் பை மாதிரிதான் இங்கே ஏழெட்டு சரியக் கிடக்கே. இதை ஞாவுகமா எடுத்துக்கொண்டாந்து திலுப்பிக் கொடுக்கியாக்கும்?’ என்று வாங்கி வைத்துக்கொள்வாள். பெரியம்மா போக்கே தனி. பெரியம்மைக்கு எல்லாம், எல்லோரும் வேண்டும். அதே மாதிரி சுத்தமாக ஒருத்தரும், ஒன்றும் வேண்டாம். நிரம்பியும் காலியாகவும் இருக்க முடிந்தவள் அவள்.

ரெங்கம்மா பெரியம்மாவை ஞாபகப் படுத்தவேண்டாம் என்று நினைத்தாலும் சுயம்புப் பெரியப்பா அதே இடத்தில் இருந்து ஆரம்பித்தார். ‘பெரியம்மை செத்ததுக்குப் பிறகு நடுத்தெருப் பக்கம் போறதே சுத்தமா நிண்ணு போச்சு. கல்லெடுப்புக்கு அப்புறம் பூட்டின கதவைத் திறக்கவே இல்லை. பேச்சி வந்து திறவலைக் கேப்பா. கொடுத்துவிடுவேன். தூத்துப் பெருக்கி மெழுகீட்டுக் கொண்டாந்து கொடுப்பா. அணில் குஞ்சு கிணத்துல மிதந்துது. எடுத்துப் போட்டேன் பா. ஊரில உள்ள ஆடு பூராம் முத்தத்துலதான் அடைஞ்சு கிடக்கு. ஆட்டுப் புழுக்கையைக் கூட்டி அள்ளினால் உரச்சாக்குக்கு ஒரு சாக்கு இருக்கும் என்று

சொல்வாள். நிலைக்கண்ணாடியும் ஊஞ்சலுமா பட்டாசல் என்னமா கிடக்கும்பா? அதுக்காக நான் அங்கே போய் உக்காந்திருக்க முடியுமா? அது அவ வீடு. அவ ஆண்டு அனுபவிச்ச வீடு. நாங்க ரெண்டு பேரும் நாப்பது அம்பது வருஷம் குடித்தனம் போட்ட வீட்டில, நான் மட்டும் ஒத்தையில எப்படி இருக்க? ஒரு ரெண்டு நாள் இருந்தும் பார்த்தேன். முடியலை. ஒண்ணு மாத்தி ஒண்ணு ஞாபகம் வந்துக்கிட்டே இருக்கு. ஞாபகம்'ணா மனுஷாள் நடமாட்டம் மட்டும் இல்லை. சத்தம் கூட ஞாபகம் தான். சொல்லப் போனா ரொம்ப மோசமான ஞாபகம் அதுதான்'.

சுயம்புலிங்கம் ரெங்கம்மாள் இப்போதுதான் வீட்டுக்குள் வந்திருப்பதையோ, அவளுடன் அவளுடைய சினேகிதியும் மகளும் நின்றுகொண்டு இருப்பதையோ எல்லாவற்றையும் சுத்தமாக மறந்து போனார். ரெங்கம்மா நவஜோதியிடம் கைச் சைகையாக நாற்காலியில் உட்காரச் சொன்னாள். நவஜோதி ரீப்பர் கட்டை அடித்து வரிசையாக மாட்டப்பட்டிருக்கும் படங்களைப் பார்த்தபடியே உட்கார்ந்தாள். மகளைக் கூப்பிட்டுத் தன்னுடைய மடியில் உட்கார்த்திக்கொண்டாள். 'தண்ணி குடிக்கியா? பாத் ரூம் போணுமா?' என்று ஏதோ கேட்டிருக்க வேண்டும். அது தலையை வேண்டாம் என்று அசைத்தது.

சுயம்புலிங்கப் பெரியப்பா முகம் இங்கே இல்லை. நடுத்தெரு வீட்டில் இருந்தது. 'ஒரு ஆள் இருக்கும் போது ஒண்ணும் தெரியலை. போன பிறகுதான் மூச்சு விடுகிற சத்தம் வரைக்கும் கேக்கு. பெரியம்மை வலது காலைக் கொஞ்சம் தேச்சுத் தேச்சுதான் நடப்பா. உத்துப் பார்த்தால் தான் தெரியும். வலது கால் மிஞ்சி இடது காலை விடத் தேஞ்சிருக்கும். அந்தத் தேய்மானம் தரையில உரசுகிற சத்தம் கேக்கும். ஒரு உருண்டை சாப்பிட்டால் கூட கையைக் கழுவி முடிக்கிறதுக்குள்ள தொண்டைக்கும் வாய்க்குமா ஒரு ஏப்பம் போடுவா.. அது கேக்கும். புற வாசலிலே தென்னங் கிடுகு ராத்திரித் தானா விழுந்திருக்கும்.. விடியக்காலம் வென்னியறை வரை தரையோட தரையா அவ இழுத்துட்டுப் போகிற சத்தம் கேக்கும். ஒரு நா, ஒரு பொழுது விடாம விளக்குப் பூசை பண்ணுவா. இம்புட்டுப் போல ஒரு வெங்கல மணி கும்பகோணத்தில வாங்கினது வச்சிருப்பா? அதை அடிச்சுக்கிட்டே தீவாரணை காட்டுவா. இவ தேவாரம் பாடுகிற மாதிரி, அதுவும் கிணுகிணுண்ணு அவள் கூடச் சேர்ந்துக்கிட்டு பாடும். அந்த வீட்டைப் பூட்டிவிட்டுப் புறப்படுகிறதுக்கு முந்தி எல்லோரும் சாமி கும்பிட்டோம். சைலப்பன் கையில இருந்த மணியை நான் வாங்கி

அடிச்சுப் பார்க்கேன். திருப்பித் திருப்பி அடிக்கேன். பெரியம்மை அடிக்கிற அந்தச் சத்தம் வரவே இல்லை. ' சுயம்புப் பெரியப்பா அழ ஆரம்பித்திருந்தார்.

சுயம்புப் பெரியப்பா மட்டும் இல்லை. நவ ஜோதியும் அழ ஆரம்பித்திருந்தாள். சேலைத் தலைப்பைச் சுருட்டி வாய்ப் பக்கம் திணித்துக் கொண்டு இருந்தாள். மடியில் இருந்த பிள்ளை அவளைப் பார்க்கிறது. சேலையைச் சுருட்டின கையைக் கீழே இழுக்கிறது. ரெங்கம்மாவுக்கு அதைப் பார்க்கக் கஷ்டமாக இருந்தது. இப்படி ஆகும் என எதிர்பார்க்கவில்லை. ஒரு நாளும் இல்லாமல் இன்றைக்குச் சுயம்புலிங்கம் பெரியப்பா தொடர்ந்து பேசிக்கொண்டும் அதைவிட அழுதுகொண்டும் இருப்பதை இதற்கு மேல் சகிக்க விரும்பாமல், ' ஹலோ சிவாஜி கணேசன், வீட்டில் பால், டீ தூள் எல்லாம் இருக்கிறதா?' என்று தோளில் கை வைத்து உலுக்கினாள்.

மேல் துண்டால் அழுந்த முகத்தைத் துடைத்துக்கொண்டவர் மறுநொடியில் வேறு ஒருவர் ஆகியிருந்தார். ரெங்கம்மாவைத் தவிர்த்துவிட்டு, மற்ற இருவரையும் பார்த்தார். ' சின்னது என்ன குடிக்கும்? அதுக்கும் எதுக்கு டீயைக் கொடுக்கணும்?' என்றவர் அதன் பக்கம் திரும்பி, 'ஹார்லிக்ஸ் குடிப்பே ல்லா?' என விரலை வாயில் சரித்தார். அது அம்மாவை ஏறிட்டுப் பார்த்தது.

'என்ன அம்மை கிட்டே உத்தரவு கேட்கே?' என்று நவஜோதியைப் பார்த்தார். நவஜோதி தன்னுடைய மடியிலிருந்து நவீனாவை இறங்கச் சொன்னாள். இறங்கியதும் தான் எழுந்திருந்து உடையைச் சரிசெய்தவளாக, நவீனாவை அந்த நாற்காலியில் அமர்த்தினாள்.

' அப்படி நாம் உட்கார்ந்து பேசலாமா, பெரியப்பா?' ரங்கம்மா டீ போட்டுக்கொண்டு வந்து தருவாள். அதுவரை நாம் பேசிக்கொண்டு இருப்போம். சரியா?' என்றாள். சுயம்புலிங்கத்தை அந்த இடத்திற்குத் தருவிப்பது போல, தானே எதிர்ப்பக்கம் கிடந்த பிரம்பு நாற்காலிகள் ஒன்றில் அமர்ந்துகொண்டாள். இதை எல்லாம் எதிர்பார்த்தவளாக, ரெங்கம்மா அந்த அறையை விட்டு அப்புறமாகி உள்ளே போனாள்.

'பிரம்பு ஒரு வகைக் காட்டுக் கொடிதானே பெரியப்பா?' என்று கேட்டாள். சுயம்புலிங்கத்திற்குப் புரியவில்லை. 'ஒரு காட்டுக் கொடியில் உட்கார்ந்து பேச எனக்குப் பிடித்திருக்கிறது பெரியப்பா' என்றாள். 'நான் ரெங்கம்மாவுக்கு நவஜோதி எனில் உங்களுக்கும் நவஜோதி. ரெங்கம்மாவுக்கு நீங்கள் பெரியப்பா எனில் எனக்கும்

நீங்கள் பெரியப்பா. சரிதானா?' என்றாள். சுயம்புலிங்கம் தலையை மிக லேசாக அசைத்தார்.

'ஒரு பூஞ்செடித் தொட்டியை வெயிலில் வைக்கிற நேரத்தில் வெயிலில் வைத்தேன். நிழலில் வைக்கவேண்டிய நேரத்தில் நிழலில் வைத்தேன். நான் வேறு ஒன்றும் செய்யவில்லையே என்று நீங்கள் ரெங்கம்மாவிடம் சொன்னதை, அவள் என்னிடம் சொல்லியிருக்கிறாள். இதை அவள் என்னிடம் சொல்லும் போது, உங்களை எனக்குத் தெரியாது. உங்களை இதைவிட வயதான ஒருவராகக் கற்பனை செய்திருந்தேன். மிகவும் முதுமையடைந்த ஒருவர் ஒரு பூந்தொட்டியை வெயிலில் இருந்து நிழலுக்குத் தூக்கிக்கொண்டு போய் வைக்கிற காட்சி எனக்கு அப்போது உண்டாகும். நீங்கள் அவளுக்கு மாப்பிள்ளை பார்த்தீர்கள். ரெங்கம்மாவின் அப்பாவுக்குத் துப்புச் சொன்னீர்கள் என்ற ஒரே காரணத்திற்காக, அவளுடைய மண வாழ்க்கை முறிந்த போது தவித்திருக்கிறீர்கள். அவளுக்கு மிக ஆதரவாக இருந்திருக்கிறீர்கள். அவளுடைய அப்பாவை விட, அண்ணனை விட என்று ரெங்கம்மா சொல்லியிருக்கிறாள். உங்களை மட்டுமல்ல, சற்று முன் நினைவின் மிகுதியில் அழுதீர்களே, உங்கள் மனைவி, அந்தப் பெரியம்மா, அவரைப் பற்றியும் சொல்லியிருக்கிறாள். 'பெரியம்மை தாய்ப்பால் ஒண்ணுதான் எனக்குக் கொடுக்கலை' என்று ரெங்கம்மா சொன்னது சாதாரண வார்த்தையில்லை'.

உள்ளே இருந்து தே நீர் கொதிக்கிற வாசனை வந்தது. ரெங்கம்மா வெளியே வந்தாள். உடை மாற்றியிருந்தாள். தனக்குச் சம்பந்தமில்லாத ஒரு காட்சியில் மேடைக்குள் வந்துவிட்ட உணர்வுடன், நவஜோதியுடனோ சுயம்புலிங்கத்துடனோ ஒரு வார்த்தையும் பேசாமல், நவீனாவை மட்டும் மழையில் நனையாமல் அழைத்துச் செல்வது போன்ற வேகத்தில் உள்ளே திரும்பினாள்.

'ரெங்கம்மா இன்னும் சற்று நேரம் கழித்துச் சொல்வாளாக இருக்கும். இதைச் சொல்ல எனக்குத் தேநீர்க் குவளைகள் அவசியமில்லை. நானே சொல்ல முடியும். அது சரியானதும் கூட' நவஜோதி இப்போது முன்னிலும் தளர்வாகத் தன்னை வைத்துக்கொண்டாள். 'அதனால் தான் முதலில் உங்களிடம் கேட்டேன் பிரம்பு ஒரு காட்டுக்கொடி தானே என்று.' ஒரு நல்ல சிரிப்பைப் பிரகாசமாகச் சிரித்தாள்.

'நவீனா அப்பா ஒரு விபத்தில் இறந்தார். இரண்டு வருடங்களுக்கு முந்திய ஒரு நாற்கரச் சாலை விபத்து அது. நான் என் பதவி

வண்ணதாசன் } 17

உயர்வுக்கான பயிற்சி வகுப்பில் இருந்தேன். மொத்தக் குடும்பத்தின் உயிரும் நவீனாவாக மட்டும் எஞ்சி இருந்தது. மிகப் பழமையான துயரத்தில் ஒரு நவீனம் இருக்கக் கூடாதா என்ன?' உலர்ந்த, கைத்த உறுதியான குரலில் சொல்லிக்கொண்டு போன நவ ஜோதியை சுயம்புப் பெரியப்பா பார்த்துக்கொண்டே இருந்தார். அந்தப் பிரம்பு நாற்காலிக்குள் ஒடுங்கிக் கிடந்த அந்த வலி நிரம்பிய பெண்ணின் உடலின் சுற்றுக் கோடுகளை வரைவது போல ஒரு வெளிச்சம் நகர்ந்தோடியது என்பதை நம்பினார்.

உங்கள் துணைவியார் இருக்கிற காலத்தில், உங்களுடைய அந்தப் பழைய வீட்டு ஊஞ்சலில் அமர்ந்தபடியே நீங்கள் பாடிய டி.எம். சௌந்திரராஜன் பாடல்களை நான் கேட்டிருக்கிறேன். ரெங்கம்மா கேட்டால் என்ன, நான் கேட்டால் என்ன? இரண்டும் ஒன்றுதான். உங்கள் பையன் பெயர் என்ன? மறந்துவிட்டது. அவருடைய சேமிப்பில் இருந்த 'கினு கோனார் சந்து' புத்தகத்தை ரெங்கம்மா வாசித்துக் காட்டியதை, இப்போது சிறிது காலத்திற்கு முன், 'ஒளிவு திவசத்திண்டெ களி' படத்தை ரெங்கம்மாவும் நீங்களும் உட்கார்ந்து பார்த்ததை, அது மிகவும் உங்களுக்குப் பிடித்துப் போன மன நிலையில், அதில் வருகிற ஒரு சம்பவம் போல மிகவும் அந்தரங்கமான ஒன்றை ஒரு கதை போல அவளிடம் பகிர்ந்துகொண்டது எல்லாம் தெரியும். சரியாக அமையும் எனில், நீங்கள்,நான், என் பெண், ரெங்கம்மாள் உட்கார்ந்து கேட்க என்னிடம் சில சாரங்கி மற்றும் சிதார் இசைகளின் பதிவுகள் உண்டு'

ரெங்கம்மாவும் ரெங்கம்மாவுடன் அவளுடைய சிறிய நிழல் போல நவீனாவும் வந்துகொண்டு இருந்தார்கள். நவீனாவை இரண்டு கோப்பைகளை அவர்கள் முன் வைக்க ரெங்கம்மா கொஞ்சிக் கேட்டுக்கொண்டாள். கோப்பைகளை வைத்துவிட்டு நவீனா அவளுடைய தாயின் மடியில் புதைந்து கொண்டாள். மிகுந்த வாஞ்சையுடன் அம்மாவின் முகத்தில் பிரிந்து தொங்கிய ஒரு முடித் திரியை ஒதுக்கிக் காதோரம் செருகினாள். ரெங்கம்மா இரண்டு பேருக்கும் தேநீர் வார்த்தாள். தனக்கும் ஒன்றில் வார்த்துக்கொண்டாள்.

தே நீர் குடிக்க மட்டுமே அமர்ந்திருப்பது போல, அவர்கள் மிகுந்த கட்டற்ற அமைதியுடன் இருந்தார்கள். ரெங்கம்மாவோ நவஜோதியோ எதுவும் சொல்லவில்லை. அம்மாவின் மடியிலிருந்து இறங்கிக் காலிக் கோப்பைகளைச் சேகரித்து அடுக்களைக்குப் போய்க்கொண்டிருந்தது நவீனா.

நவஜோதியின் குரல் இப்போது கலங்கியிருந்தது. 'என் பெண்ணும் நானும் இப்படிக் காலிக் கோப்பைகளைச் சேகரித்துக் கொண்டு கழுவுதொட்டியில் போடுவதாகவே வாழ்ந்துவிட விரும்பவில்லை'. இப்போது ரெங்கம்மாள் நவஜோதியின் முன் தொடையில் கையை வைத்தாள். அவளின் மொத்த பாரமும் கைகளின் வழி இறங்கியிருந்தது.

ஒரு வேளை ரெங்கம்மாவுக்கும் இப்படித்தான் இருக்கலாம். எங்களுக்கு யாருமில்லை. எங்கள் அபார்ட்மெண்ட் சுவர்கள் தவிர, எங்கள் லிஃப்ட் கூண்டில் கேட்கிற இசை தவிர எதுவுமில்லை. நவீனாவுக்கு விடுமுறை துவங்கிவிட்டது. எங்கேயாவது ஒரு பள்ளிக்குழந்தைக்கு சகிக்க முடியாத விடுமுறை அமையுமா? நவீனாவுக்கு அப்படித்தான். ரெங்கம்மா கூப்பிட்டாள். வா. இங்கே வா. என்னுடன் நான்கு நாள் இரு. சுயம்புப் பெரியப்பாவுடன் நான்கு நாட்கள் இருப்போம் என்று. சொல்லப் போனால் இந்த நான்கு என்கிற எண்ணிலிருந்து தப்பிக்கவே முடியாது போல'

வீட்டின் உட்பக்கத்திலிருந்து தனியே வந்துகொண்டிருந்த நவீனாவிடம் ஒரு சிரிப்பு இருந்தது. அவிழ்ந்துகொண்டே போகும் ஒரு உல்லன் நூல்கண்டை உருட்டும் ஒரு பூனைக்குட்டிப் பார்வை இருந்தது. சுயம்புப் பெரியப்பா எழுந்திருந்து போய் அப்படியே நவீனாவைத் தூக்கிக்கொண்டார். உள்ளே நடந்து போனார். அவர்கள் வருவதற்காக அறை விரிந்து கொடுப்பது போல இருந்தது.

சுயம்புப் பெரியப்பா அறைக்கு நேர் எதிர் அறை. அது சைலப்பனுடையது. புத்தகங்கள், தொலைக்காட்சிப் பெட்டி, ப்ளேயர்கள், ஒலிபெருக்கி, குறுந்தகடு அடுக்குகள், ஒரு மேஜைக் கணினி தவிர, பெரியப்பாவும் பெரியம்மையும் இருக்கிற ஒரு பழைய படமும், உருப்பெருக்கப்பட்ட பெரியம்மையின் சமீபத்திய படமும் அங்கே உண்டு.

பெரியம்மையின் படத்தின் கீழ் இருக்கிற மர ஸ்டாண்ட் எட்டுகிறவரை நவீனாவை எக்கித் தூக்கினார். அதில் இருந்த ஒரு பெரிய சாவியையும் இன்னொரு சாவிக்கொத்தையும் எடுக்கச் சொன்னார். எடுத்து இவரிடம் கொடுத்ததும் 'நீயே வச்சிரு தாயி' என்றார். பெரிய சாவி நல்ல நீளம். நல்ல கனம். அதை மட்டும் வாங்கிக் கொண்டார். எப்போதும் போல பெரிய சாவியின் திருப்பு நுனியை நாக்கில் பட்டும் படாதும் வைத்து ருசித்தார். ரொம்ப காலமாக அதை அவர் செய்கிறார். அது அவருக்குப் பிடித்திருக்கிறது.

வண்ணதாசன் } 19

‘போவோமா?’ என்று முதல் அறைக்குப் போய்க் கேட்டார். ரெங்கம்மா ஒவ்வொரு படமாக நவஜோதிக்கு விவரம் சொல்லிக்கொண்டு வந்தாள். இன்னொருவருக்குச் செல்லும் போது, அந்தச் சமயத்தில் ரெங்கம்மாவுக்கு வந்து சேரும் சில கூடுதல் கற்பனையில், புகைப்படங்களில் இருக்கிற சம்பவம் அல்லது முகங்கள் பொலிவு கொள்வது அவளுக்குப் பிடித்திருந்தது.

ஒரு பெரிய ஆலமரத்தின் கீழ் இருக்கிற குலதெய்வத்தின் சின்னச் சிலையைப் பற்றிய தகவலில், அன்று அவர் ஒரு சித்தர் எனவும் அவரும் அகஸ்தியரும் ஒவ்வொரு பௌர்ணமி அன்றும் பறந்து போய் பாண தீர்த்தத்தில் குளித்துவிட்டு வருவார்கள் என்றும் சிலையைத் தொட்டால் ஐஸ் மாதிரிக் குளிர்ந்து கிடக்கும் என்றும் புதிய சேர்க்கைகளைச் சொல்ல முடிந்ததில் ரெங்கம்மாவுக்கு மிகவும் நிறைவு. புலித் தோல் மேல் உட்கார்ந்திருக்கும் ருத்ராட்ச மாலைகள் அணிந்த ஒருவரின் இளம் சிவப்புப் படத்தைப் பார்த்ததும் அவளுக்கு அவ்வளவு கற்பனைகள் உண்டாயிற்று. அதைச் சொல்லத் துவங்குவதற்குள் சுயம்புலிங்கமும் நவீனாவும் பக்கத்தில் வந்துவிட்டார்கள்.

நவீனா சுயம்புப் பெரியப்பாவின் ஏந்தின மடக்குக் கையிலிருந்து அந்தப் பழைய இரும்புச் சாவிகளின் கொத்தை அசைத்தாள். ஒன்றுடன் ஒன்று தொட்டதும்,அந்த வீட்டின் எத்தனையோ கதவுகள் மொத்தமாக ஒரே சமயத்தில் திறந்துவிடத் தயாராக இருப்பது போலவும் சுயம்புப் பெரியப்பாவின் கையில் இருக்கிற கனத்த பெரிய சாவி திரும்புவதற்காக அது தலைவாசல் கதவடியில் காத்திருப்பதாகவும் அந்த உலோகச் சத்தம் ஒப்புக்கொண்டது..

‘போவோமா?’ என்று மறுபடி கேட்டார். எங்கே என்று ரெங்கம்மாவுக்கு மட்டுமல்ல, நவஜோதிக்கும் தெரிந்திருந்தது. நடந்தே போகலாம் என்றார். மெயின் ரோட் வழியாகப் போகவில்லை. குசவன் தட்டித் தெரு, வண்ணாக் குடி, பெரும் பத்து, செங்கமால் வழியாகச் சுற்றிக் கூட்டிக்கொண்டு போனார். அவரும் நவீனாவும் முன்னால் நடந்துகொண்டு இருந்தார்கள். ரெங்கம்மாவும் நவஜோதியும் பின்னால்.

போகிறவழியில் நிறையப் பேர் விசாரித்தார்கள். பேச்சுக் கொடுத்தார்கள். பேத்தியா என்று கேட்டால் பேத்தி என்றார். அது யார் மகளா என்றால் , ஆமாம் , தம்பி மகள் என்று நவஜோதியைக் காட்டினார். வேறு சில இடங்களில் ரெங்கம்மாவைக் காட்டினார். கூட வருவது மகளுடைய சினேகிதி என்று நவஜோதியையும் ரெங்கம்மாவையும் மாறி மாறிக் காட்டினார்.

‘என்னை ஒருத்தனைத்தான் எல்லார்க்கும் தெரியும். உங்க மூணு பேரையும் யாருக்கும் தெரியாது. உன்னை வேணும்னா ஒண்ணு ரெண்டு பேர் பாத்திருப்பாங்க. ரேஷன் கார்டை வச்சா சரிபார்க்கப் போறாங்க? கொஞ்ச நேரம் உள்ளங்கையில உருட்டிப் போடுவோம். தாயம் விழுந்தால் தாயம். பன்னிரண்டு விழுந்தால் பன்னெண்டு. இது சும்மா ஒரு விளையாட்டு. அவ்வளவுதான்’ என்று சிரித்தார்.

கிடுகிடுவென்று தெற்கே இடி உருண்டு கொண்டு போனது. மூப்பனார் தோப்புத் தென்னை எல்லாம் வரைந்தது போல் நின்றன. கால் பாதத்திற்கு அடியில் காற்று சருகிக்கொண்டு போயிற்று. சீம்புல் கொண்டை ஒன்று உருள்வதும் நிற்பதுமாகக் கப்பி ரஸ்தாவில் புரண்டது. சுயம்புப் பெரியப்பா, நடந்து வந்துகொண்டிருந்த நவீனாவைத் தூக்கிக்கொண்டார்.

நவஜோதிக்கும் ரெங்கம்மாவுக்கும் சொல்லமுடியாமல் சந்தோஷமாக இருந்தது. முன்பக்கமாகக் காற்று அப்பி இடுப்புக்குக் கீழ் பாய்மரம் போலக் குழி விழுந்தது. சரியாக நடக்க முடியவில்லை. சுயம்புப் பெரியப்பா, ஒரு தடவை நவீனாவைக் கீழே இறக்கிவிட்டு, வேட்டியை மடித்துக் கட்டிய பின்பு மீண்டும் தூக்கிக் கொண்டார்.

தோளைச் சுற்றித் தலைப்பு காற்றில் விலகாமல் இருப்பதற்காகத் தோள் வழியாகக் கழுத்தைச் சுற்றி முந்தானையைக் கொண்டு வருகையில் கையிலிருந்து தலைப்பு உருவி முன்பக்கம் முழுவதும் திறந்து ரெங்கம்மா நிற்கவேண்டியதாகிவிட்டது. தலை முடியைக் காற்றிலிருந்து ஒதுக்கிவிட்டுக்கொண்டே நவஜோதி ரெங்கம்மாவை அந்தக் கோலத்தில் பார்த்து லேசாகச் சிரித்தாள். ‘என்னா காத்து?!’ என்று ரெங்கம்மா சிரித்தாள். அவளுக்கு வெட்கமாகவும் இருந்தது.

வீட்டு நடையில் படுத்திருந்த வெள்ளாட்டுக் குடும்பம் கலைந்து தெருவில் இறங்கியது. நடையில் ஒரு சினை வெள்ளாடு வயிறும் காம்பும் அமுங்க அப்படியே படுத்திருந்தது. சுயம்புலிங்கப் பெரியப்பா நடையைத் தொட்டுக் கும்பிட்டார். முற்றத்தில் ஓலைச் சாய்ப்பில் அணில் ஏறி இறங்கியது. தெற்குச் சுவரில் பதித்துவைத்திருந்த குருவிகளுக்கான கல் தொட்டியில் சொட்டுத் தண்ணீர் இல்லை.

‘நீதான் திறக்கணும். இல்லை உன் மக திறக்கணும்.’ என்று தலைவாசல் சாவியை நவஜோதியிடம் நீட்டினார். நவீனாவின்

கையில் அதைக் கொடுத்து, அவள் திறப்பது போன்ற பாவனையில் நவஜோதி திறந்ததும் உள்ளே இருந்து வெளிச்சம் ஓடிவந்தது.

தரையில் கடைசி வெள்ளிக்குப் பேச்சி வரிவாளம் வைத்து மெழுகியிருந்த சாணி மஞ்சள் வளைந்து வளைந்து அடுத்தடுத்த கட்டுக்குப் போனது.. வேறு எந்த உலகத்திலிருந்தோ தொங்குவதாக சங்கிலியும் ஊஞ்சல் பலகையும் அசையாமல் இருந்தது. நிலைக் கண்ணாடியைக் கொத்தின அடைக்கலாங் குருவிச் சிறகு ஒன்று உதிர்ந்து கிடந்தது. சுயம்புலிங்கம் கல் போல அமைதியாகியிருந்தார். குனிந்து அந்த இறகை எடுத்து நவீனாவிடம் கொடுத்தாரே தவிர, ஒன்றும் பேசவில்லை.

அவரிடமிருந்த மற்ற கட்டுகளின் கதவுச் சாவிகளை வாங்கி நவஜோதி திறந்துகொண்டே போனாள். காலம் காலமாக அந்த வீட்டில் புழங்கியவள் போல, ஒரு கதவின் சாவி இன்னொரு கதவுக்கு மாறாமல், சொன்னது சொன்னபடி வழிவிட்டன. அடிதண்டா இரும்புப் பட்டைகள் இறகு போல விலகின. ரெங்கம்மா அவள் பின்னாலேயெ போய்க்கொண்டு இருந்தாள்

அடுக்களை சுத்தமாக இருந்தது. அடுப்பையும் மெழுகிக் கோலம் இட்டிருந்தார்கள். காப்பாட்டில் ஒரு தண்ணீர்க் குடம் நிறைகுடமாக இருந்தது. உப்பு மரவையில் வழிய வழியக் கல் உப்பு மினுங்கியது. மஞ்சள் பொடியில் பிள்ளையார் பிடித்து வைத்திருந்தார்கள். நவஜோதி கை கூப்பி நின்று கும்பிட்டாள். ரொம்ப நேரம் அசையவே இல்லை.. ரெங்கம்மாவும் அவள் பக்கத்தில் போய் நின்று கும்பிட்டாள். ரெங்கம்மாள் கண்ணைத் திறக்கையில் நவஜோதி அப்படியே வந்து அவளைக் கொஞ்ச நேரம் கட்டிக்கொண்டாள்.. இருவருக்கும் அழுகையை அடக்க முடியவில்லை.

தொட்டிக்கட்டில் தான் கிணறு இருந்தது. சதுரக் கிணறு. கண் கண்ணாக ஜன்னல் வலை அடித்துச் சட்டம் போட்டு மூடியிருந்தார்கள். தண்ணீர் நிறையக் கிடந்ததை வலை மீது முகத்தை வைத்து இருவரும் பார்த்தார்கள். இறைக்காத பாசி பிடித்த தண்ணீரின் வாடை ரெங்கம்மாவுக்குப் பிடித்திருந்தது. வெடித்துவிடச் செய்வது போல அவளுக்குள் நிரம்பியது. முதலில் ஒரு தாமரைத் தண்டையும் அப்புறம் ஒரு தாமரைப் பூவையும் அவள் நினைத்துக் கொண்டாள்.

பட்டாசலில் ஊஞ்சல் ஆடும் சத்தம் கேட்டது. பெரியம்மை மட்டும் உட்கார்ந்து ஆடுகிற மத்தியானங்கள் பற்றி சுயம்புப் பெரியப்பா சொல்லியிருக்கிறார். யாருமே தலைக்கு வைக்காத

மருதாணிப் பூவைத் தலையில் சூடியபடி பெரியம்மை ஊஞ்சலில் உட்கார்ந்து ஆடிக்கொண்டு இருப்பாளாம். அது போன்ற நேரங்களில் அவள் பக்கத்தில் அவர் போகவே முடியாதாம். போய் உட்கார்வோம் என்று ஒருதடவை கூடத் தோன்றவில்லையாம்.

நவீனா கையில் ஒரு மருதாணிப் பூங்கொத்து இருந்தது. சுயம்புலிங்கப் பெரியப்பா நவீனா பக்கத்தில் உட்கார்ந்திருந்தார். வீசி வீசி ஆடுகிற ஊஞ்சல் வீச்சில் பட்டாசல் முழுவதும் மருதாணி வாசம் நிரம்பியிருந்தது. முதலில் யார் ஏறிக்கொள்வது என்று நவஜோதியும் ரெங்கம்மாவும் ஊஞ்சல் வீச்சையே பார்த்துக்கொண்டு நின்றார்கள். நீ ஏறிக்கொள் என்று உத்தரவு கொடுத்தது போல நவஜோதி ரெங்கம்மாவைப் பார்த்துத் தலையை அசைத்தாள்.

ரெங்கம்மா ஏறி உட்கார்ந்தாள். மூன்று பேரின் கனம் ஏறியதால் ஊஞ்சலின் வீச்சில் எந்த மாற்றமும் இல்லை. கனமே அற்றதாகி, ஒரு பறவை சிறகு வீசிப் பறப்பது போல ஊஞ்சல் ஆடியது. மருதாணி மணம் காட்டம் குறைந்து தன் மணமாகிவிட்டிருந்தது.

நவஜோதி இரண்டு கைகளையும் சேர்த்துக் கூப்பினாள். வாய்விட்டு, 'பெரியம்மை' என்று சத்தமிட்டாள். பெரிய சத்தமில்லை. ஆனால் வீடு முழுவதும் அதிர்ந்தது. ஊஞ்சலில் ஏறி உட்கார்ந்தாள்.. நவீனா சுயம்புலிங்கப் பெரியப்பா மடியில் தலை வைத்து உறங்கியிருந்தாள்.

வெளியே மழை பெய்கிற சத்தம் கேட்க ஆரம்பித்திருந்தது.

நம் நற்றிணை இதழ். 2

✿✿✿

கைக்குத்து அவலும் வெள்ளரிப் பிஞ்சும்

இந்த வீடாகத்தான் இருக்கும் என்று அருணாச்சலத்திற்குத் தோன்றியது,

எதற்கும் கேட்டுக்கொள்வோம் என்று சைக்கிளை சாய்த்துக்கொண்டு 'அண்ணாச்சி, அண்ணாச்சி' என்று சத்தம் கொடுத்தான். முருங்கைக் காய் பறித்துக்கொண்டு நின்றவர் கவனிக்கவில்லை. துரட்டிக்கு அகப்படாத காயை ஒரு சலிப்புடன் அடித்ததில் முற்றாத இரண்டு பிஞ்சு தள்ளிப் போய் விழுந்தது. தூரத்தில் அண்ணாந்து பார்த்துக்கொண்டு நின்ற பெண் கையில் ஏற்கனவே பறித்த இரண்டு மூன்று காய் இருந்தது. 'யாரோ கூப்புடுதாங்க' என்று அதுதான் அவரிடம் சொல்லியது. 'என்ன வேணும்?' என்று அதுவே தெருப் பக்கம் வந்து கேட்டது. சப்பைக் கால் போல. நான்கு எட்டு வைப்பதற்கே சிரமம் இருந்தது. 'இங்கன இருந்தே கேக்க வேண்டியது தானே' என்று சொன்னவர் துரட்டிக் கையோடு அங்கேயே நின்றார்.

'ஒண்ணும் இல்லை. இந்த சொர்ணம் மேஸ்திரி வீடு எந்தப்பக்கம்?' என்று கேட்ட சமயம் கொஞ்சம் சிரிக்கிற மாதிரி அருணாச்சலம் முகம் இருந்தது.

'மேஸ்திரியா? அவங்க எல்லாம் மேற்கே சாலியத் தெருப் பக்கம்லா நாலஞ்சு குடும்பம் இருக்காங்க. முத்தையா டெய்லர் வீடுல்லாம் அங்கனைக்குள்ள தானே இருக்கு' அந்தப் பெண் முருங்கை இலை வாசமடிக்கும் உள்ப்பக்கம் திரும்பிக் கேட்டது,

'நான் சொல்லுதது கொத்தனார் மேஸ்திரி. செவல் காரர். மேலச் செவல் என்று அருணாச்சலம் மேல் விபரம் சொன்னாள். சைக்கிள் ஹேண்டில் பாரில் கிடந்த வாளி முன்னும் பின்னும் ஆடியது. கேரியரில் இருந்த எவர்சில்வர் கேன் மீது ஒரு கை இருந்தது.

'நல்ல வளத்தியா இருப்பாரா?' மேல்துண்டால் இரண்டு தோள்ப்பட்டை, வலது இடது கக்கத்திற்குப் பக்கம் எல்லாம் சுழட்டி உதிர்ந்துகிடந்த முருங்கை இலையைத் தட்டிவிட்டபடி வெளியே வந்தவர், இவனையும் சைக்கிளையும் பார்த்தார்.

'ஆமா அவருதான் அண்ணாச்சி' அருணாச்சலம் இன்னும் கொஞ்சம் சிரித்து,' தெரிஞ்ச மனுஷன். உடம்புக்குச் சரியில்லை. எட்டிப்பார்த்துட்டுப் போலாம்ணு தோணுச்சு' என்றான்.

'ஆளைத் தெரியும். ஆனா எனக்கும் பழக்கம் இல்லை. டி.வி.எஸ் ஃபிஃப்டியிலே போவாரு வருவாரு. பார்த்திருக்கேன். தொந்தரவு இல்லாத மனுஷன்' இப்போது பதில் சொல்கிறவர் முகத்திலும் சிரிப்பு வந்திருந்தது.

'இந்தக் காலத்தில தொந்தரவு இல்லாத மனுஷனை யாருக்கு அடையாளம் தெரியுது?' அவர் அருணாச்சலத்தைப் பார்த்து மேலும் நெருக்கமாகச் சிரித்தார். வேறு ஆள் ஆகியிருந்தார். முகம், குரல் எல்லாமே மாறியிருந்தது. ஒரு குறிப்பிட்ட இடத்தைத் தாண்டி இன்னொரு குறிப்பிட்ட இடத்துக்கு வந்ததும் ஆட்கள் இப்படி ஆகிவிடுவார்கள் போல என்று அருணாச்சலம் அவர் முகத்தைப் பார்த்தான். அருணாச்சலத்திற்கு அவருடைய வெற்றிலைக் காவி ஏறிய பற்களைப் பார்த்ததும் மாட்டுத் தரகு பார்க்கும் அவனுடைய வீரையா மாமா மாதிரி இருந்தது.

அருணாச்சலம் வாய்விட்டே சொல்லிவிட்டான். 'உங்களைப் பார்த்தா எங்க சொந்தக்காரர் ஒருத்தர் மாதிரியே இருக்கு' என்றான்.

'அடேயப்பா. வீடு எங்கே இருக்குண்ணு இன்னும் லெக்குச் சொல்லலை. அதுக்குள்ளேயே சொந்தக்காரன் ஆயிட்டேனா, சந்தோஷம். இருக்கட்டும்.' என்றவர் வீட்டுவாசலில் இருந்து தெருவில் இறங்கி, அவருக்கு இடது பக்கமாகத் தெருக்கடைசி வரை பார்த்துக்கொண்டு இருந்தார், அருணாச்சலம் சைக்கிளைத் தள்ளிக்கொண்டு போனான், டீ கேன் மீது ஒரு கையும் ஹேண்டில் பாரில் ஒருகையும் இருந்தது.

'இப்படி நிழலுக்கு வா'ய்யா' என்று இவனிடம் சொல்லிவிட்டு அவரும் புளிய மரத்தடிக்கு வந்தார். புளியம் பூக்களைக் குனிந்து வெள்ளாட்டுக் குட்டி மேய்ந்துகொண்டு இருந்தது. சக்கடா வண்டிக்கு அடியில் இன்னொன்று படுத்திருந்தது.

'இங்கேர்ந்து பார்த்தா ஒரு அம்மன் கோவில் தெரியுதுல்லா?'

'ஆமா தெரியும், திரௌபதியம்மங் கோவில். தீக்குழிக்கு வந்திருக்கேன்'

'அதைத் தாண்டிப் போனா ஒரு வேதக்கோவில் வரும். அதை ஒட்டி ஒரு பால் வாடி.'

'ஆமா. தெரியும்'

'அதுக்கு மேற்கே ஒரு முடுக்கு மாதிரித் திரும்பும். கொஞ்சம் எட்டி உள்ளே போகணும். நம்ம ஊரா வேற ஊராண்ணு தோணும். அப்படிச் செடியும் கொடியுமா இருக்கும். வாடகைக்கு இருக்கவன் அவ்வளவு தள்ளிப் போய் வீடு பார்க்க மாட்டான். ஏதாவது சௌகரியமான தொகைக்கு ஒத்திக்கு முடிச்சிருப்பாரு' என்று அருணாச்சலத்தைப் பார்த்துச் சொன்னார்.

அருணாச்சலத்துக்கு அவர் நிறையப் பேசுவது போலவும் இருந்தது, சொல்கிற தகவல்கள் பிடித்தும் இருந்தது.

'நல்லது அண்ணாச்சி. இது போதும். நான் அங்கன போய் மேற்கொண்டு விசாரிச்சுக்கிடுதேன்' என்று மரியாதைக்குச் சொன்னான்.

'என்னது இன்னம் சாரிக்கணுமா. நான் கையைப் பிடிச்சு வீட்டு வாசல்லே கொண்டுபோய் விடுகிற மாதிரி விபரம் சொல்லியிருக்கேன். இன்னும் சாரிக்கணுமா?' அவர் அருணாச்சலத்தின் தோளில் தட்டினார்.

'டீ ஆகிப் போச்சு. இல்லாட்டா டீ குடிக்கச் சொல்லியிருப்பேன்' அருணாச்சலம் அவர் கண்களைப் பார்த்தான். அவை அப்படியே வீரையா மாமாவுடையது போலவே இருந்தன.

'இருக்கட்டும். ஒரு தொள்ளாளி கொண்டாந்த சரக்கு வித்துப் போச்சு. இல்லைண்ணு சொல்கிறதே போதும். கண்டிப்பா இன்னொரு நாளைக்கு எதுத்தாலே நானே வந்து, டீ என்னாச்சுண்ணு கேட்டுக் குடிச்சுக்கிடுதேன்.' என்று மறுபடியும் அருணாச்சலம் தோளில் கையை வைத்தார்.

'புள்ள உண்டானவ மாதிரி இங்கே இருந்து இதைத் தள்ளிக் கிட்டே தான் போகணுமா?' என்றார். 'இல்லை. இப்போ வெத்துக் கேன் தானே' என்று சைக்கிளில் குறுக்கு பார் வழியாகக் காலைப் போட்டு அழுத்தினான். வாளி ஆட்டத்தை மட்டுப்படுத்தியபடி அவருக்குக் கையைக் காட்டும் போது, அவர்

'பார்த்து, பார்த்து' என்று சொல்லியபடி திரும்பிக்கொண்டு இருந்தார்.

திரௌபதி அம்மன் கோவிலுக்கு முன்னால் ரோட்டுக்கு நடுவில் குத்துக்கல் இருந்தது. குத்துக்கல் உச்சியில் கல்லில் குழிவாகக் கொத்தி இருப்பார்கள். எண்ணெய் திரி போட்டுச் செவ்வாய் வெள்ளிக்கு விளக்கு ஏற்றுகிறதுண்டு. அருணாச்சலம் சைக்கிளை நிறுத்திக் காலை ஊன்றிக்கொண்டு பிசுபிசுவென்று இருந்த கரியைத் தொட்டு நெற்றியில் வைத்துக் கும்பிட்டான்,

'யாருடே அது, கும்பிடு பலமாக இருக்கு அம்மங்கோவில் நடை அடைச்ச பொறகு?' என்று சத்தம் வந்தது. பாலகிருஷ்ணா ரைஸ் மில் பக்கம் பார்த்தான். அதற்கு அடுத்த காடினாவில் இருக்கிற கடை பலவேச மூப்பனாருடையது. குழாய்ப் புட்டுக்கும் சுக்கு வென்னிக்கும் காத்துக் கிடப்பார்கள். பிந்தினால் வித்துப் போகும். அருணாச்சலம் எத்தனையோ தடவை அங்கே சாப்பிட்டு இருக்கிறான். இலைத்துண்டை வீசிவிட்டுச் சிமெண்ட் தொட்டியில் தண்ணீர் கோதிக் கழுவும் போது தரை அதிரும். பக்கத்து விறகுக் கடையில் கோடாலி போட்டு எப்போதும் குறைந்தது மூன்று பேராவது உடை விறகு கீறிக்கொண்டு இருப்பார்கள். விறகுக் கடைக்காரர் சம்சாரம் கூட அருணாச்சலத்தின் வீட்டுக்காரிக்குச் சொந்தம் தான். 'செந்திலு நல்லா இருக்காளா?' என்று விசாரிக்கிறது உண்டு.

'எந்தக் கிழவி டே விறகுக் கடையில நிக்கா இப்போ?' மறுபடியும் அதே குரல், ஒரு காக்கை குறுக்கே பறப்பது போன்று, அவன் பக்கம் வந்தது. ஏறிட்டுப் பார்த்தால் ரெங்க மாமா அருணாசலத்தைக் கிண்டலாகக் கையை அசைத்துத் தன் பக்கம் கூப்பிட்டார். தலைப்பாகையை அவிழ்த்துத் தோளில் அவர் போட்டுக் கொண்டதும் இன்னார் என்று இனம் தெரிந்தது.

சைக்கிளை ஸ்டாண்ட் போட்டு நிறுத்திக்கொண்டே, 'இங்கே எங்கே மாமா?' என்று அருணாச்சலம் சிரித்தான். 'அதை நான் லா உங்கிட்டே கேக்கணும்' என்று கேட்டவர், உள்ப்பக்கமாகத் திரும்பி, 'புட்டு இருக்கா, தீந்துட்டுதா?' என்று கேட்டார்.

மூப்பனார் இருக்கிறதாகச் சொல்லியிருப்பார் போல. மறுபடியும் அருணாச்சலத்தைப் பார்த்து, ' உள்ளே வா. வந்து புட்டு சாப்பிட்டுட்டுப் போ' என்றார்.

அருணாச்சலம் புட்டு வேண்டாம் என்று சொல்லிவிட்டான். ஆனால் கொஞ்ச நேரம் ரெங்க மாமா பக்கத்தில் இருந்துவிட்டுப் போகவேண்டும் என்று எதனாலோ தோன்றிவிட்டது. இப்படி வழுவழு என்று இருக்கிற மூப்பனார் கடை சாண் அகலப் பெஞ்சில் உட்கார்ந்து பேசுவதற்காகவே இவ்வளவு தூரம் வந்ததாக நினைத்துக்கொண்டான். பத்து முப்பது வருஷத்திற்கு மேலாக இதே கத்திரிப் பூக் கலர் கட்டம் போட்ட துண்டில்தான் ரெங்க மாமா தலைப்பாகை கட்டுகிறார். அது ஒரு அதிசயம் இல்லையா!

மூப்பனார் வெளியே வந்து செருப்பைப் போட்டார். 'ரெண்டு பேரும் பேசிக்கிட்டு இருங்க. வந்திருதேன்' என்று சொல்லிவிட்டுப் போனார். 'நம்ம மருமகன் தான்' இரண்டு அடி வெளியே போய்விட்ட அவருக்கு அறிமுகம் செய்துவிட்டு, 'அவசரமில்ல. பைய வாரும்' என்று ரெங்க மாமா சிரித்தார். ரெங்க மாமாவுக்கு எதற்கெடுத்தாலும் ஒரு சிரிப்பு. அருணாச்சலத்துக்கு அந்த முருங்கைமரத்து வீட்டுக்காரரும் அந்தப் பெண்ணுமே ஞாபகமாக இருந்தது. அவனாகவே மாமாவிடம் அதைப் பற்றிப் பேச்சுக் கொடுத்தான்.

தான் இப்படிச் சொர்ணம் மேஸ்திரி உடம்புக்குச் சரியில்லாதை விசாரிக்க வந்ததாகவும் சொல்லி, 'மாமா, வார வழியில அந்த முருங்கை மரத்து வீடு ஒண்ணு இருக்கே அங்கே தான் ஓர்த்தர்க்கிட்டே சாரிச்சுட்டு வாரேன். மானத்தில இருந்து கூப்புட்ட மாதிரி நீங்க கூப்பிடுதிய இப்படி' என்று சொன்னான்

ஒருத்தரிடம் என்று அருணாச்சலம் சொன்னானே தவிர, அவனுக்கு சாய்ந்து சாய்ந்து நடந்துவந்த அந்தப் பெண்ணுடைய ஞாபகமும் இருந்தது. சொல்லப் போனால் அவளுடைய ஞாபகம் போக, மிச்சமுள்ள இடத்திலேயே அந்த ஒருத்தரை ஓரமாக வைத்திருக்கிறோம் என்று தோன்றியது. வழி விசாரித்தது, அந்தப் பெண் பதில் சொல்லியது, முருங்கைக்காயைப் பொறுக்கிக் கையோடு வைத்தபடி பின்னால் திரும்பிப் பேசியது எல்லாம் போக, முன்னும் பின்னுமாக அந்தப் பெண் அசைவது மட்டும் தெரிந்தது. நவநீத வேளார் சக்கரத்துக்குள் இருந்து ஈரமாக ஒரு ஜாடி மாதிரி அந்தப் பெண் தற்சமயம் திரள்வது எப்படி

என்று அவனுக்குத் தெரியவில்லை. பூவும் பிஞ்சுமாக நிற்கும் ஒரு முருங்கை மரத்துக்குள்ளே இருந்து அவன் வெளியே வருவதாகக் கூடத் தோன்றியது. அருணாச்சலம் எழுந்து வேட்டியை அவிழ்த்துக் கட்டிக்கொண்டு உட்கார்ந்தான்.

கொஞ்சமும் தயக்கம் இல்லாமல், எடுத்த எடுப்பிலேயே ரெங்க மாமா, 'அவளும் கூட இருந்திருப்பாளே?' என்றார். 'ரெண்டு பேரும் தான் முருங்கக் காய் ஆஞ்சுக்கிட்டு இருந்தாங்க' என்றான். ரெங்க மாமா அருணாச்சலம் முகத்தையே பார்த்தார். முகத்தைக் கூட அல்ல. கண்களை. 'பொதுப்படையா நான் கேட்டதுக்கு அந்தப் புள்ளை தான் முதல்ல பதில் சொல்லுச்சு. அப்புறம் அவரு சொன்னாரு'. மாமாவின் கண்களைப் பார்த்துக்கொண்ட படியே அருணாச்சலமும் சொன்னான். மாமாவின் கண்கள் முன்னை விடக் குளுகுளு என்று நீர்பூசியிருந்தன.

'உள்ளே போண்ணு சொல்லியிருக்க மாட்டாரு. ஆனா உள்ளே போயிருக்கும். இல்லையா மருமவனே'

'அது வீட்டுக்குள்ளே போகலை. நடையில நிண்ணுது. இவரு என் கூடப் பேச்சுக்கொடுத்துக்கிட்டே தெருவுக்கு என்னைக் கூட்டியாந்துட்டாரு. புளிய மரத்தடியிலே நிண்ணுதான் பேசினோம். நல்ல மனுஷன் '

'நான் என்ன பொல்லாத மனுஷன் 'னா சொன்னேன்?' மாமா கண்கள் சிரிப்பில் மேலும் இளகியிருந்தன. அருணாச்சலம் வெட்கப்பட்டது போல அவர் பார்வையை விட்டு விலகினான். எங்கே பார்ப்பது என்று தெரியவில்லை. எதிர் பெஞ்சின் மேல் இருந்த சுளகில் மொட்டு மொட்டாய் ஈருள்ளி தொலி உரித்துவைக்கப்பட்டிருக்க. பக்கத்தில் ஒரு பித்தளைத் தம்ளர் சாய்ந்து இவர்கள் இரண்டு பேர் பேசுவதையும் கேட்டுக்கொண்டு இருப்பதாக அருணாச்சலத்திற்கு நினைப்பு.

'நானும் நல்ல மனுஷன்னுதான் சொல்லுதேன். யாரைக் கேட்டாலும் அப்படித்தான் சொல்லுவாங்க. சொல்லும்படியான ஆள்தான் அவரும்' தோளில் இதுவரை கிடந்த துண்டை எடுத்து ரெங்க மாமா தலைப்பாகை கட்டியதும் வேறு ஆளாக ஆகியிருந்தார்.

'அந்தப் பிள்ளைக்கு சிவந்திப்பட்டிக்குப் போற பாதையில வடக்கே. பூக்கட்டுத குடும்பம். கட்டுக் கூலியில சாப்பாடு கழியிறதே பெரிய காரியம். நீ கூட கவனிச்சிருப்பே. காலைக்

கொஞ்சம் ஏந்தி ஏந்தித்தான் நடக்கும். ஒண்ணு குறைஞ்சா ஒண்ணு கூடும் லா. இதுக்கு கொஞ்சம் ஜாஸ்தியாவே கூடிட்டுது, அது அவன் அப்பன் செய்யுத சப்பரம் மாதிரி, எந்தத் திக்கில இருந்து பார்த்தாலும் ஜொலிச்சுது. உனக்குத் தெரியாதா மாப்பிளை. ஜொலிக்கும். கண்ணு கூசும். சாமி சப்பரம் மாதிரி நான் வாரேன் நான் வாரேன்னு நாலு பக்கத்துத் தண்டயம் தூக்க எட்டுப் பேர் ஓடியாருவான். யாரு தூக்கினான்னு தெரியலை. யாரு தரையில இறக்கிவச்சுட்டுப் போனான்னும் தெரியல. அதோட அப்பன் நாண்டுகிட்டு நிண்ணதோடு சரி.' ரெங்க மாமா சொல்லச் சொல்ல யாரோ கடகடவென்று சப்பரம் வைக்கிற சகடையைப் பிரகாரத்தில் தள்ளிக்கொண்டு போவது போல இருந்தது.

'நீ பார்த்தியே அந்த மனுஷன் தான், அந்தப் பக்கமா ஏதோ கொள்முதலுக்குப் போனவன் இரக்கப்பட்டுக் கூட்டிக்கிட்டு வந்து வீட்டோட வச்சுக்கிட்டான். ஏற்கனவே கட்டினவ ஒருத்தி இருக்கா. அவளும் ஒண்ணும் சொல்லலை. இவளும் ஒண்ணும் சொல்லலை. இதுல எல்லாம் சொல்லுதுக்கு என்ன இருக்கு. சொல்லாம இருக்கதுக்குத்தான் எம்புட்டோ இருக்கு'

மாமா சொல்வதைக் கேட்டுக்கொண்டு இருந்தவன், 'இம்புட்டுச் சொல்லுதிய. பின்னே என்னத்துக்கு, உள்ளே போகச் சொல்லியிருப்பாரே, வெளியே வரச் சொல்லி இருப்பாரேண்ணு அழிப்பாங்கதை போட்டு ஆரம்பிக்கணும்' என்று கேட்டான். குரல் சற்று உரத்துவிட்டது.

ரெங்க மாமா சிரித்தார். 'நீ அதுக்கு என்னத்துக்கு டே எங்கிட்டே கோவப்படுதே மருமகனே?' என்று அவனுடைய கையைப் பிடித்துக்கொண்டார், மிஞ்சிப் போனா அந்தப் புள்ள கூட நீ சேர்ந்தாப்பில அஞ்சு நிமிஷம் பேசியிருப்பியா? அதுக்கே உனக்கு இப்பிடி வருது. நீ என்கிட்டே கோவப்பட்ட மாதிரி அவருகிட்டே எத்தனை பேருக்குக் கோவப்படணும்னு தோணும்.' ரெங்க மாமா சொல்லச் சொல்ல, அருணாசலத்திற்குத் தன் கைகளை அவரிடமிருந்து உருவிக்கொள்ளவேண்டும் போல இருந்தது.

'கடைக்காரரை எங்க காணும்? இந்தா வந்திருதேன்னுட்டுப் போனாரு?' அருணாசலம் வெளியே போய் தெருவைப் பார்த்தான். சைக்கிளை யாரோ நகர்த்திச் சுவரோரமாக ஒட்டி நிறுத்தி வைத்திருந்தார்கள். வைக்கோல் வண்டி ஏதாவது போயிருக்க

வேண்டும். சைக்கிள் சீட்டில், தெருவில் எல்லாம் வைக்கோல் துரும்பு சிதறிக்கிடந்தன.

'சுக்கு வென்னி இருக்கா?' என்று ரெங்க மாமாவிடம் , தலையில் நார்ப்பெட்டியும் முக்காடுமாக ஒரு பெரிய மனுஷி கேட்டுக்கொண்டு நின்றாள்.

ரெங்க மாமா எழுந்திருந்து போய் ஒரு லோட்டாவில் தண்ணீரைக் கோதிவந்து, 'மொதல்ல இதைக் குடி' என்று கொடுத்தார். அவள் குடித்துவிட்டு 'இன்னோரு செம்பு வேணும்' என்பது போலத் தலையை அசைக்கவும், கடைக்கு உள்ளே வந்த அருணாச்சலம் அதை வாங்கிக்கொண்டு போனான். தண்ணீர் இருந்த செப்பானை வாடை வெக்கையாக முகத்தில் அடித்தது.

'என்னா வியாபாரம் தாயி?' அண்ணாந்து குடித்துக் கொண்டிருந்தவளிடம் மாமா கேட்டார்,

'கைக்குத்து அவுலும் வெள்ரிப் பிஞ்சும்'

'ஏ யப்பா. ரெண்டும் ரெண்டு புதையல் 'லா' ரெங்க மாமா அவள் தலையில் இருந்து நார்ப்பெட்டிகளை இறக்கினார். ஒன்றுக்குள் ஒன்றாக இரண்டு பெட்டிகள்

பெரிய நார்ப்பெட்டியில் அவலும் சின்ன நார்ப்பெட்டியில் வெள்ளரிப் பிஞ்சும். மாமா ஒரு குத்து அவலை எடுத்து வாயில் போட்டுக்கொண்டார். புளிய இலை போல ஒரு அவல் அவர் வாய்ப்பக்கம் அப்பியபடி.

அருணாச்சலம் கேட்கவே இல்லை. அவனுக்கு முன்னால் இரண்டு வெள்ளரிப் பிஞ்சுகள் உள்ள கை நீண்டுகொண்டு இருந்தது.

மலைகள்.காம் இதழ் 145

❁❁❁

நடுவில் இருக்கிற பெண்

செல்வின் ஸ்டோர்ஸில் ரொட்டியும் முட்டையும் வாங்கத்தான் வந்திருந்தேன். கையில் கொஞ்சம் பணம் இருக்கிற சமயங்களில் அந்தக் கிறுக்கு எனக்குப் பிடித்துவிடும். வாங்க வந்த சாமான்களை விடத் தேவையே இல்லாத மேலும் சிலவற்றை வாங்குவேன்.

சாக்லெட் ருசியுள்ள கருப்பு நிற பிஸ்கோத்தை வாங்க உத்தேசித்து இருக்கமாட்டேன். அது காளி மார்க் கடலைமிட்டாய்ப் பாக்கெட் இருக்கிற அட்டத்தின் மேல் வரிசையில் அடுக்கப்பட்டு இருந்திருக்கும். அதை வாங்கிவிடுவேன். குழந்தைகள் விளையாடும் ஒரு நவீன பம்பரத்தை ஒரு தடவை வாங்கியிருக்கிறேன். இன்றைக்கு அப்படி வாங்கியது ஒரு திரட்சியான பீட்ரூட் கிழங்கு. இடது பக்கத்துக் காதில் புதிதாகக் கடுக்கன் போட்டிருக்கிற ஹரிதாஸ் அன்றைக்கு வந்திருந்த காய்கறிகளை அடுக்கிக் கொண்டிருந்தான்.

ஒரு பன்னிரண்டு பதிமூன்று வயதுப் பையன் ஏதோ ஒரு சூப்பர் மார்க்கெட்டின் நவீனமான தோரணையுள்ள பிளாஸ்டிக் தட்டுகளில் அடுக்குவது போல, இந்த செல்வின் ஸ்டோர்ஸின் வடபக்கத்து வரிசையில் காய்கறிகளைக் குவிக்கிற விதம் எனக்குப் பிடித்திருந்தது. 'கடுக்கன் ஸ்டைலா இருக்கு தாஸ்' என்று தோளில் கைவைக்கும் போது, அவன் பீட்ரூட் கிழங்குகளைக் கொட்டிக் கொண்டு இருந்தான்.

'சூப்பர் சரக்கு சார்' என்று என்னிடம் ஒன்றை நீட்டி, 'வாங்கிக்கிட்டுப் போங்க சார்' என்று நீட்டினான். வேறு ஒன்றைப் பொறுக்கக் கூட இல்லை. ஹரிதாஸ் நீட்டியதை வாங்கிக்

கொண்டேன். 'முள்ளங்கி ஃப்ரஷ்ஷா இருக்கு சார்' என்றான். 'நான் என்ன முயல்குட்டியா வளர்க்கேன், தாஸ்' என்று சூரியகாந்தி எண்ணெய் பெயர் அச்சிடப்பட்ட அவனுடைய மஞ்சள் டீ ஷர்ட்டில் தட்டிக் கொடுத்தேன். மற்ற எல்லோரும் ஹரி என்று அவனைக் கூப்பிடும்போது நான் மட்டும் அவனை தாஸ் என்று கூப்பிடுவது அவனுக்குப் பிடிக்கும். முதல் தடவை அப்படிக் கூப்பிடும்போது, 'மனோகர் அண்ணன் அப்படித்தான் சார் என்னைக் கூப்பிடும்' என்றான். இதற்கு முன்பு வேலைக்கு நின்ற குரும்பூர்க் கடை முதலாளியின் மகன். லாரியோடு பைக் மோதி 'ஸ்பாட்டிலயே அவுட் சார்' ஹரிதாஸ் சொன்ன விபரம் இது.

முட்டை, ரொட்டி, தேயிலைத் தூள் மூன்றும் கிடக்கிற பையில் போடாமல் பீட்ரூட்டைக் கையில் வைத்தபடி கடையை விட்டு வெளியே வந்த சமயம் மழை பெய்ய ஆரம்பித்தது. கையில் இருந்த பீட்ரூட்டின் கனம் அது விளைந்த நிலத்தின் கனத்தையும் கொண்டிருப்பது போலப் பிடித்திருந்தது. இலைகள நறுக்கப் பட்ட காம்பின் மிச்சம் திருகிக் கொண்டு நான் பார்த்திராத அதன் இலைகளை மழையில் நனைத்துக்கொண்டிருந்தன. நான் என்றைக்கோ பார்த்த ஒரு காரட் கிழங்கு குவிக்கப்பட்ட மலை வயலை நினைத்துக்கொண்டேன். ஒரு பீட்ரூட் தோட்டத்தை என்னால் கற்பனை செய்ய முடியவில்லை. ஒரு சின்ன ஆறுதலாக எனக்குத் தெரிந்த ஒரு பெண்ணை பீட்ரூட் அறுவடை செய்யும் அந்தக் காட்சியில் ஒருத்தியாகப் பொருத்திக்கொண்டேன்.

வரைகிறவனாக இருப்பதில் அது ஒரு சௌகரியம் அல்லது அசௌகரியம். நினைத்த காட்சிகளின் இடையே, நினைத்த சம்பவங்களுக்கு மத்தியில் நமக்கு வேண்டிய ஒரு முகத்தை வரைந்துகொள்ளலாம். அது ஒரு வகைக் கொண்டாட்டம் அல்லது பழிவாங்குதல். நான் குருமணி டீச்சரை எதற்கு பீட்ரூட் கிழங்கு எடுப்பவராக ஆக்கினேன் என்று தெரியவில்லை.

பார்க்கப் போனால் சிகாமணியைத் தானே நான் நினைத்திருக்க வேண்டும். சிகாமணிக்கும் எனக்கும் தானே எவ்வளவோ உண்டு. சிகாமணியின் தங்கை குருமணி. ஒரு கரும்பலகை முன்னால் நின்று தொண்டைத் தண்ணீரை வற்ற வைக்கிறவள், அவளை எப்படி இப்போது நினைத்தேன். அதுவும் இப்படி ஏப்ரல் மாதத்தில் பெய்துகொண்டு இருக்கிற ஒரு மழைக்கு ஊடாக.

எதிலிருந்தாவது எங்கிருந்தாவது வெளியேறும் போது பெய்கிற மழை ஏன் பிடித்துப் போகிறது. தாங்கமுடியாத ஒன்றாக, மறக்க

முடியாத ஒன்றாகிவிடுகிறது. இன்றைக்கு செல்வின் ஸ்டோர்ஸ். இது ஒரு சலூன் கடையாக இருந்தாலும் இப்படித்தான் இருந்திருக்கும். அம்மா தீயைப் பொருத்திக் கொள்வாள் என்று யாருக்குத் தெரியும்? எவ்வளவோ சொல்லியும், அவளை ஓலைப் பாயில் சுருட்டித்தான் தந்தார்கள். பெரியாஸ்பத்திரியை விட்டு வெளியேறும் போதும் மழை. எதற்கு அடுத்தடுத்துத் தெருவோரம் நின்ற இரண்டு வாதமுடக்கி மரங்களும் அப்படிப் பூத்திருந்தன?

இப்படி மழை பெய்கையில், தூரத்தில் அல்லது எதிரில் உயரமான ஏதோ ஒன்று கண்ணில் படுவதை மனம் விரும்புகிறது. ஒரு தூரத்து மலை, சிறு பொத்தை, கிருஷ்ணன் வைத்த வீட்டில் நெடுநெடு என்று நின்ற பாக்கு மரம், ஒரு மிகப் பழைய கோபுரம் எதையாவது. இங்கே இருக்கவேண்டும். அங்கேயும் போய்விடவேண்டும். இருத்தலும் தொலைதலும் ஒரே கணத்தில் நிகழும் போது உண்டாகும் ஒரு ஆவேசத்தில் உச்சிக் கிளை சுழற்றி ஆட, அடிமரம் அசைவின்றி அப்படியே இருக்கவேண்டும்.

நான் புதுப்பிக்கப் பட்ட வேதக் கோவிலை உடனடியாக எடுத்துக்கொண்டேன். நல்ல கட்டுமானம். ஐந்து அடுக்குகளில் எடுத்திருக்கும் இன்னொரு ஊசிக் கோபுரம். கீழிருந்து மேலே வரை வெள்ளை. எதற்கு இவ்வளவு வெள்ளை? தேவைக்கு அதிகமாகிற போது, வெள்ளை மட்டுமல்ல, எந்த நிறமும் அந்த நிறத்தை இழந்துவிடுகிறது. உச்சியில் இருக்கும் சிலுவை வரை பார்வை ஏறி, நீலம், பச்சை, சிவப்பு, மஞ்சள், வெளிர் நிறக் கண்ணாடி மாடங்கள் இல்லாத ஏமாற்றத்தில் கீழே இறங்கின.

நல்ல வேளை, அந்தச் சிவப்புத் தபால் பெட்டி அகற்றப்பட வில்லை. எனக்கு மட்டுமே வைக்கப்பட்டிருப்பதாக நான் நினைத்துக் கொண்டு உபயோகிக்கும் அந்தத் தபால் பெட்டி கழற்றப்பட்டு, வெள்ளையடிப்புக்குப் பின் வேறொரு தொங்கல் கொண்டு இருந்தது. கம்பியால் சுற்றுச் சுவர் இரும்புப் பிடிமானம் ஒன்றுடன் அது பிணைக்கப் பட்டிருந்த விதத்தின் விரைப்பில் என்னுடைய தபால் பெட்டி அதன் வழக்கமான சாயலை மாற்றி இருந்தது.

'என்ன மாமா, சர்ச்சை வரையப் போறீங்களா?' செல்வகுமார் என் பக்கத்தில் வண்டியை நிறுத்தினான். அடர்ந்த கருப்பில் ஒரு பனியன் போட்டிருந்தான். அவனுடைய சருமத்தின் கருப்பின் மேல் பனியனின் கருப்பு ஒன்றியிருந்தது.

'இப்போ நான் மழையையும் பார்க்கலை. வேதக் கோவிலையும் பார்க்கலை. ஆனால் பார்த்துக்கிட்டு இருக்கேன் செல்வம்'

செல்வகுமார் என்னுடைய முகத்திற்கு நேராக இரண்டு கைகளையும் வெற்று வெளியில் அசைத்து நான் பார்த்துக்கொண்டு இருப்பதை அழிப்பது போலவும் கலைப்பது போலவும் சிரித்தான், அந்தச் சிரிப்பு அச்சு அசல் அவனுடைய அம்மா அமலியுடையது. வங்கியில் வேலை பார்த்துக்கொண்டிருந்த நாற்காலியிலேயே சரிந்துவிட்ட செல்வத்தின் அப்பாவுக்குப் பிறகும் அந்தச் சிரிப்பு இரண்டு பேரிடமும் இருக்கிறது. அந்தச் சிரிப்பும் பெரும்பாலும் வெள்ளையில் சிறிய பூக்கள் உள்ள பருத்திச் சேலைகளுமே செல்வகுமார் அம்மாவின் அடையாளம்.

'அம்மாவை பெரிய வீட்டில் விட்டுட்டு வாரியா செல்வம்?' என்று கேட்டதற்கு 'ஆமாம் மாமா' என்று சொல்லியபடி பைக்கை விட்டு இறங்கி செண்டர் ஸ்டாண்டைப் போட்டான். சுலபமாக ஒரு படகு போல் அசைந்து அது மிகச் சுருதியுடன் பின்சக்கரத்தைச் சுழற்றி ஓய்ந்தது. நான் இன்றைக்கும் பின் பக்க நம்பர் பிளேட்டில் எழுதப்பட்டிருக்கும் செல்வத்தின் அப்பாவின் வங்கி மற்றும் அவர் பெயரின் முதல் எழுத்துக்களை வாசித்துக் கொண்டேன். மிக அழகான வடிவத்தில் செல்வத்தின் அப்பாவே பெயிண்ட்டால் எழுதியது என்று சொல்லியிருக்கிறான்.

செல்வமும் அவனுடைய அம்மாவும் ஒரு முறை என் அழைப்பின் பேரில் என்னுடைய அறைக்கு வருவதாக இருந்தார்கள். நான் இருக்கிறது இந்த வீட்டின் மச்சில் என்றால், அதற்கு நேர் எதிரே இருப்பது தான் பெரிய வீடு. உள்ப் பக்கம் வளர்ந்திருக்கிற மகிழ மரத்தின் பூ தெருவில் உதிர்ந்து கிடக்கும் என்பதே அந்த வீட்டின் அடையாளம்.

பெரிய வீட்டுக்காரரின் குடும்பத்தில் இப்போது பெரிய வீட்டுக்காரரின் இரண்டாவது மகனும் அவருடைய மனைவியும் மட்டுமே இருக்கிறார்கள். முதுகெலும்பில் அடிபட்டுப் படுத்த படுக்கையில் இருக்கிற அவரைப் பார்த்துக்கொள்ள இரண்டு நர்ஸைப் போட்டிருக்கிறார்கள். அதில் ஒருத்தி செல்வகுமாரின் அம்மா. ஒரு பழைய லேடீஸ் சைக்கிளில் வந்துவிட்டுப் போவார். கிட்டத்தட்ட ஆபீஸ் வேலை மாதிரி. பத்து மணிக்கு வந்தால் சாயந்திரம் ஆறுமணி ஆகிவிடும். சில சமயம் செல்வகுமாரின் பின்னால் உட்கார்ந்து வருவார், போவார்.

நான் அன்றைக்கு வாசலில் நின்று மீன்காரரையும் அவருடைய பூனையையும் பார்த்துக்கொண்டு இருந்தேன். அந்தப் பூனை அவருடையது எல்லாம் இல்லை. மூன்றாவது வீட்டு

வண்ணதாசன் } 35

ராசையா வக்கீலின் அம்மா வளர்ப்பது தான். ஆனால் புதன் கிழமையும் சனிக்கிழமையும் தன்னை அந்தப் பூனை மீன்காரருக்கு எழுதிக் கொடுத்துவிடும். நான் அந்தப் பூனையை நிறைய வரைந்திருக்கிறேன். பூனையைப் பூனையாக வரைய, பூனையைப் பார்க்கிற போதெல்லாம் வரையவேண்டியது இருந்தது.

நான் அப்படி வாசலில் இருந்து வரைந்துகொண்டிருப்பதைப் பார்த்தது செல்வத்தின் அம்மாவாகத்தான் இருக்கும். அவர் செல்வத்திடம் பைக்கை நிறுத்தச் சொன்னார். என்னைத் தாண்டிக் கொஞ்ச தூரத்தில் நின்றது. செல்வம் காலை ஊன்றிக்கொண்டு இருந்தான். எஞ்சின் ஓடிக்கொண்டு இருந்தது. 'என்னமாவது கீழே விழுந்துட்டுதா' அவன் திரும்பிய கழுத்துடன் கேட்ட போது அமலி நர்ஸ் என் பக்கம் வந்துவிட்டிருந்தார்கள். 'என்ன செய்தீங்க? ஸ்கெட்ச் பண்றீங்களா?' என்று கேட்டார். மட்டுமல்ல. எந்தத் தயக்கமும் இன்றி, என் கையில் நான் வைத்திருந்த நோட்டைத் தணித்து அதை எட்டிப் பார்த்தார். அவருடைய முகம் அந்தச் சமயம் மிக அழகாக மாறிவிட்டிருந்தது. இந்தத் தெரு இவ்வளவு சோபையுடன் ஒருபோதும் இருந்ததில்லை என்று கூடச் செல்வேன்.

'இங்க வா தம்பி' என்று கையிலிருந்த நோட்டால், அவன் இருக்கும் இடத்தில் இருந்து இந்த இடத்திற்கு வழித்து எடுப்பது போலக் கூப்பிட்டார். செல்வம் வண்டி ஓட்டத்தை நிறுத்தி, எங்கள் பக்கம் வரும் போது, மீன்காரர் பக்கமிருந்து நகர்ந்து ஒரு கருப்பு ஜவ்வுத்தாள்ப் பை தெருவில் உரசியபடி போயிற்று.

'இங்க பாரு தம்பி' என்று மறுபடியும் சொன்னார். செல்வகுமார் என்கிற பெயரை அவர் உச்சரிக்கவே இல்லை. 'சார் ஸ்கெட்ச் பண்ணியிருக்காரு' என்று நோட்டை நீட்டினார். இருப்பதிலேயே அவருக்கு நெருக்கமாக இருந்த ஒரு பூனை இருந்த பக்கத்தை அவர் அவசரமாகத் திருப்பியிருந்தார். அவர் கண்கள் நிரம்பியிருந்தன.

செல்வகுமாருக்கு ஒரு பதற்றம் வந்திருந்தது. வலியில் துடிக்கிற அம்மாவின் முகத்தைப் பார்க்க நேர்ந்தது போல அம்மாவின் தோளில் அவன் கையை வைத்தான். அது போதாது என்று உணர்ந்தது போல, கையை அவருடைய உச்சிக்குக் கொண்டு போய் ஒரு தகப்பனைப் போல நீவிவிட்டான். அமலி ஆகிய அவர் எந்தப் பிரதேசத்துக்குள் நுழையும் முன்பு அவரைத் தடுத்துவிட வேண்டும் என்று அவன் நினைத்தானோ, அதற்குள் கால் வைத்து அவர் சிறிது தூரம் போயிருந்தார்.

'தம்பியோட அப்பாவை நீங்கள் பார்த்திருக்க வேண்டும். இப்போதும் கூட அவரை அவர் ஸ்கெட்ச் புக்குகளில் நீங்கள் பார்க்க முடியும். அவர் அவருடைய பாங்க் நாற்காலியில் அல்ல, வீட்டில் மேற்குப் பார்த்த ஜன்னலுக்கு முன்னால் அமர்ந்து கொள்ள உபயோகிக்கும் சாய்மான முதுகு அற்ற ஸ்டூலில் அவருடைய கடைசிக் கணத்தை விரும்பி இருப்பார்.'

அவர் பேச்சு சாதாரணத்திலிருந்து மாறியிருந்தது. ஒரு மொழிபெயர்ப்புப் புத்தகத்தை வாசிக்கத் துவங்கினால் கிடைக்கும் உரையாடல் அது.

'அது நாற்காலி அல்ல. கடினமான மிலிட்டரிப் பச்சை நாடாக்களால் பின்னப்பட்ட இருக்கை உள்ள ஒரு ஸ்டூல். ஒரு போதும் அது நான் பார்க்கத் தொய்வடைந்தது இல்லை. ஸ்டீஃபனால் ஒரு நாற்கட்டிலைப் பிசிறே இல்லாமல் கட்ட முடியும். மெய்ஞானபுரத்தில் அத்தையம்மா உபயோகத்தில் இருந்த கட்டில் அவர் பின்னியது தான். வெயிலில் காயாத பச்சை நாரின் வாசனையை எனக்குத் தெரியும். இதை விட வெளிப்படையாகப் பேசுவதற்கு இயலாது அல்லவா?'

செல்வகுமார் என்னைப் பார்த்தான். அவனால் மட்டுமல்ல, என்னாலும் யாராலும் உடனே திருப்பி அழைத்துவர முடியாத தொலைவில் அமலி அவருடைய ஸ்டீஃபனுடன் நின்றிருந்தார். நான் குடியிருந்த மச்சு வீட்டிற்கு அழைக்க நினைத்ததை ஒத்திப் போட்டேன். 'இன்னொரு நாள் கண்டிப்பா தம்பியும் நீங்களும் என் அறைக்கு வரவேண்டும்' என்ற போது, அமலி மிகத் தாமதமே அற்ற உடனடியில், 'அது அறை அல்லவே. ஸ்டுடியோ அல்லவா. ஸ்டீஃபன் அப்படித்தான் சொல்வார்' என்று நான் தங்கியிருந்த இடத்திற்குச் செல்லும் மாடிப்படிகள் இருந்த திசையைப் பார்த்தார். வெள்ளையடித்து வெகுகாலம் ஆன பாசிக்கருப்புப் படிந்த அந்தப் படிகளுக்கு ஒரு அழைக்கும் குரல் உண்டு. அது காதில் விழுந்துவிடும் எனில் யாரும் மறுக்கமுடியாது.

பூனை அல்ல பூனைக்குட்டிகளின் குரல் கேட்டது. நான், செல்வகுமார், அவனுடைய அம்மா மூன்று பேருமே குரலின் பக்கம் திரும்பினோம். நான் வரைந்துகொண்டிருந்த பூனையின் அருகில் இப்போது மேலும் இரண்டு குட்டிகள் வந்து சேர்ந்திருந்தன. வரைய முடியும் என்ற இடத்தில் இருந்து வரைய முடியாத இடத்திற்கு அந்தக் காட்சி முழுமையாக மாறியிருந்தது. நான்

நுழையச் சிறு கீற்றுக் கூட மிச்சமிராமல், அதன் அளவில் நிரம்பி விட்ட பூரணமாக இருந்தது அந்த மூன்றும் சேர்ந்த திரட்சி. நான் பார்த்தபடி நிற்பதைத் தவிர எதுவும் செய்வதற்கில்லை.

'இவரை நம் வீட்டிற்குக் கூப்பிடுவோமா தம்பி?' என்று செல்வகுமாரிடம் கேட்டவர், 'நீங்கள் மீன் எடுத்துக்கொள்வீர்களா?' என்றார். 'இதுவரை இல்லை' என்று சிரித்தேன். அவரும் சிரித்தார். அந்தச் சிரிப்பை இதற்கு முன்பு செல்வம் அந்த முகத்தில் பார்த்திருக்க வாய்ப்பில்லை.

'சொல்லுங்க மாமா. ஒரு நாளைக்கு வந்து கூட்டிக்கிட்டுப் போகிறேன்' என்றான். அவர் என்னைக் கும்பிட்டு விடை பெற்றார். இன்றைக்கும் அவருடைய சேலை சின்னப் பூக்கள் இட்ட வெள்ளை நிறத்திலேயே இருந்தது. பின்னால் அமர்ந்ததும் கிளம்பி நகரும் வாகனத்தின் நம்பர் பிளேட்டில் இருந்த செல்வத்தின் அப்பாவுடைய எழுத்துகள் பாசி பிடித்த படிக்கட்டுகளைப் பார்த்துக்கொண்டே திரும்புவதாக நினைத்துக் கொண்டேன்,

அன்றைக்கு என்னிடம் இருந்த குறைந்த குப்பிகளிலிருந்து ஒரு நீர் வண்ண ஓவியம் வரைந்தேன். கடற்கரையொட்டிய ஒரு பாறையில் உட்கார்ந்து கடலைப் பார்த்துக்கொண்டு இருக்கிற ஒரு பழுப்பு நிறப் பூனை அது. மிக அமைதியான கடல். திட்டுத் திட்டான மேகங்கள் இல்லை எனினும் பெய்யப் போகும் ஒரு மழையின் சாம்பல் நிறம் படர்ந்திருந்தது.

அமலியிடம் கொடுக்கவேண்டும் என்று தோன்றியது. அவரிடம் உடனே சேர்த்துவிட வேண்டும். காகிதக் கூழில் செய்யப்பட்ட கனத்த அட்டையில் இரண்டு நாட்களுக்குப் பின் அதற்கு ஒரு சட்டமிட்டு எடுத்துக்கொண்டு நான் பெரிய வீட்டிற்குப் போனேன். எனக்கு அந்த லேடீஸ் சைக்கிளின் அடையாளம் தெரியும். உத்தேச நேரத்திற்குச் சற்று முன்னதாகப் போய்விட்டேன். வாசலில் சைக்கிள் இல்லை. பறிக்கப் படாத நாட்டுச் செம்பருத்திப் பூக்களின் சூல் முடிகள் நீண்டு மினுங்கிச் செடியில் அசைந்தன. அசையாதிருந்தன.

பெரியவீட்டு மருமகளாக இருக்க வேண்டும். அவரும் உடல் நலம் குன்றியவராகத்தான் தோன்றினார். யார் வேண்டும் என்று கேட்கவில்லை. அப்படி என்னைப் பார்த்தார். தோள் வரை கத்தரிக்கப்பட்டிருந்த முழுக்க நரைத்த முடியின் சுருள்கள் அவருக்கு ஒரு நல்ல தோற்றத்தைத் தந்திருந்தது.

'நர்ஸம்மா வந்துட்டாங்களா?' என்று கேட்டேன். எங்கோ ஹோஸ் பைப்பில் இருந்து தரையோடு தரையாகத் தண்ணீர் பெருகும் சத்தம். என்னுடைய கேள்விக்கு அந்தச் சத்தம் பொருத்தமாக இருந்தது. வந்துவிட்டதாகவோ வரவில்லை என்றோ பதில் தராமல் 'வந்திருவாங்க. உட்காருங்க' என்று தாழ்வாரத்தைக் காட்டினார்கள். உள்ளே யாரோ கூப்பிட்டிருக்க வேண்டும். 'இதோ வர்ரேங்க' என்று உள்ளே போனார். போகுமுன் மறுபடியும் சைகையால் இருக்கச்சொன்ன இடது கை மணிக்கட்டின் மிக அழகிய கடிகாரம் ஒரு பழைய காலத்தை அந்த இடத்தில் வைத்தது. மூன்று லஸ்தர்களும் இரண்டு ரசகுண்டுகளும் தொங்கும் தாழ்வாரத்தில் வரிசையான மர நாற்காலிகள். நான். மிக நிறைவாக ஒரு நூறு வருடங்களுக்கு முந்திய அதனுடைய வழவழப்பில் என்னைப் பத்திரப்படுத்தினேன்.

வாசலில் பைக் சத்தம் கேட்டது. செல்வம் அவசரமாகக் காலையும் பிரேக்கையும் சேர்த்து இறுக்கி நிறுத்தி, 'மெதுவாம்மா' என்றான். நான் எழுந்து வாசலுக்கு வந்து அவருக்கு வணக்கம் சொல்லும் போது, என்னிடம் நின்று பேசாமல், 'எல்லாம் உங்களால் தான் என்று ஒரு சிக்கனமான மலர்ச்சியோடு சொல்லிக்கொண்டே உள்ளே போனார். அவர் போன பின்னும் அந்த மலர்ச்சி அங்கு இருந்தது.

என்னைச் செல்வம் பார்த்திருந்தான். 'உள்ளே வந்த போது இடப்பக்கச் செடிகளுக்குள் இருந்து குறுக்காக ஓடிய ஒரு வளர்ந்த ஓணான் வலப்பக்க வெயிலுக்குப் பாய்ந்தது. அப்படியே உறைந்து தலையை உயர்த்தி அசைத்தது. ' உங்க வீட்டுக்கு தான் போயிட்டு வாரோம் மாமா. அதான் லேட்' என்றான்.'

இந்தத் தாழ்வாரம் அவனுக்குப் பழகிய ஒன்று என்பது அவன் அந்த நாற்காலியில் உட்கார்ந்த தயக்கமின்மையில் தெரிந்தது. 'நீங்க பெரிய வீட்டுக்கு இதுக்கு முந்தியே வந்திருக்கீங்களா?' என்று கேட்டதற்கு, 'இல்லை' என்றேன். 'உங்க அம்மையைப் பார்க்கத்தான் முதல் தடவையா இன்னைக்கு வந்தேன்' என்று சொல்ல முடியவில்லை. வழவழப்பாக எதிரே இருந்த இரண்டு கருங்கல் தூண்களுக்கு இடையில் நான் கொண்டுவந்திருந்த சித்திரம் இருந்தது, அதையும் பிரித்து அவனிடம் காட்டத் தோன்றவில்லை. அமலியால் பிரிக்கப்படும் நேரத்துச் சரசரப்புடன் அந்தச் சுற்றுத் தாட்களைப் பொதிந்திருக்கிறேன்.

'அந்த சாரை நீங்கள் பார்க்கவேண்டும் மாமா' என்றான். அவனுடைய அம்மா நர்சிங் செய்யும் அந்தப் பெரியவீட்டு மனிதரை

அவன் சார் என்றே குறிப்பிடுவான் போல. நான் எழுந்திருக்க வேண்டியதாக செல்வம் அவனுடைய நாற்காலியில் இருந்து என்னை உள்ளே அழைத்துப் போகத் தயாராக இருந்தான்.

ரொம்ப காலமாக வெளியேறாத ஒரு இருட்டு அந்த வீட்டின் முதல் இரண்டு பெரிய அறைகளிலும் இருந்தது. சதுரமான வானவெளியும் சுற்று நடைகளும் தாண்டி எதிரே இருந்த அறைகளுக்குப் போக ஏதோ ஒரு ஆதி காலத் தொங்குபாலத்தில் செல்வதாக நான் உணர்ந்தேன். ஓவல் சைஸ் புகைப்படங்களுக்குள் இருந்தவர்களின் முகங்கள் மேலே செல்ல என்னைத் தாராளமாக அனுமதித்தன.

சந்தனப் பத்தி பொருத்திவைத்திருந்தார்கள். ஆனாலும் தைல வாடையை, காட்டமான மருந்து வாடையை, அதை விடவும் ஒரு சீக்காளியின் சிறு நீர் வாடையை அதனால் கட்டுப்படுத்த முடியவில்லை. செல்வம் கொஞ்சம் நடையைத் தளர்த்தினான். என்னிடம் சொல்வதற்கான ஒரு சிறு அவகாசம் அவனுக்குத் தேவையாக இருந்தது.

'சார் ரொம்ப அருமையாப் பாடுவார். குரல் அப்படி இருக்கும். குகைக்குள்ளே இருந்து சிங்கம் உறுமுகிறது போல. டன்னலுக்குள்ளே இருந்து கொல்லம் ட்ரெய்ன் பாம் என்று வெளியே போகிறது போல'. எனக்கு இரண்டு உதாரணமும் பிடித்திருந்தது, அந்த ட்ரெய்ன் பாம் என்று சத்தமிட்டுக் கணவாய்க்குள்ளிருந்து வளைந்து வெளியேறி எனக்கு முன்னால் இந்தப் பெரியவீட்டில் போய்க்கொண்டு இருந்தது.

செல்வம் அந்த அறைக்குள் போவதற்கு முன்பே, அறைக்குள் போய்விட்ட ஒரு ஆசுவாசமான முகத்தை அடைந்திருந்தான். அவனுக்கும் அமலி அம்மாவுக்கும் பொதுவான அடையாளமாக இருந்த அந்தச் சிரிப்பை ஒரு அகல் போல ஏற்றியிருந்தான். நெஞ்சு வரை படியும் கைகளைக் கூப்பி வணங்கிக் கொண்டே,'வணக்கம் சார்' என்று குரல் கொடுத்தபடி அந்தப் பெரிய படுக்கையை நெருங்கினான். நானும் அதிகபட்சமாக செல்வத்தின் வணக்கத்தையும் குரலையும் பிரதி செய்து அவன் பின்னால் நின்றேன்.

மிகப் பெரிய அந்தத் தேக்குக் கட்டிலில் சில நவீன மருத்துவ உபகரணங்கள் பொருத்தப்பட்டிருந்தன. ஒரு மருத்துவ மனையின் எல்லாச் சாயலும் உண்டாகியிருந்தது. அந்தச் சுவர்களுக்குரிய நூறு ஆண்டுக் களையை உருவி எறிந்து, சிகிட்சையின் பச்சை ஆடையைப் போர்த்தியிருந்த விதம் எனக்கு வதைத்தது.

என்னை வரவேற்றுத் தாழ்வாரத்தில் காத்திருக்கச் சொன்ன முதிய பெண் கட்டில் பக்கத்தில் ஒரு உயரமான நாற்காலியில் தன்னுடைய கைவிரல்களுக்குள் படுக்கையில் இருந்தவரின் கைவிரல்களைக் கோர்த்தபடி அமர்ந்திருந்தார். குனிந்திருந்த நிலையில் அவருடைய தோள்வரையிலான வெண் கூந்தல் தொங்கி அவருடைய முகத்தின் கோணத்தை மறைத்திருந்தது. தோள்ப் பட்டை எலும்பு ஒரு முக்கோணப் புடைப்பு போலத் துருத்தி நின்றது.

ஒரு நர்ஸின் பிசிறற்ற வடிவத்தில் செல்வத்தின் அம்மா இருந்தார். முன் பக்கம் முழுவதும் சேலைக்கு மேல் மூடுகிற ஏப்ரன் அணிந்து பின்னால் முடிச்சிட்ட தோற்றம் அவரின் வயதைக் குறைத்திருந்தது. இடுப்பில் ஒரு சிறிய துண்டு மட்டுமே அணிந்த பெரியவீட்டுக்காரரின் இரண்டு கால்களையும் மடக்கி நீட்டிப் பயிற்சி கொடுத்துக்கொண்டு இருந்தார். அதற்கு முன்பு தைலம் பூசியிருக்க வேண்டும். இவருடைய கைகளிலும் படுக்கையில் இருந்தவரின் மேல் தொடை வரையிலும் பிசுபிசுப்பு இருந்தது. அமலி என்னைப் பார்க்க விரும்பினேன். என்னையும் பார்க்கவில்லை. செல்வகுமாரையும் பார்க்கவில்லை. இந்த உலகத்தில் அவருக்கு எதிரே மடங்கி நீளும் தைல மினுக்கம் உள்ள இரு கால்கள் மட்டுமே இருந்திருக்க வேண்டும்.

செல்வம் என்னை அறிமுகப் படுத்தினான். ‘சார். இவங்க பேரு சுந்தரம். ஆர்ட்டிஸ்ட், எங்களுக்கு வேண்டியவங்க’ என்றான். ‘எங்களுக்கு வேண்டியவங்க’ என்று சொன்னதும் நான் அமலியைப் பார்த்தேன். அமலி திரும்பி என்னை ஒரு நொடி பார்த்தார். மறுபடி செவிலியாகிவிட அதிக நேரம் ஆகவில்லை.

என்னால் இப்போது பேச முடிந்தது, இந்தத் தெருவில் இருக்கிறதைச் சொன்னேன். என்னைப் பற்றி அதிகம் சொல்லாமல் ‘பெரிய வீடு’ என்ற பெயருடன் இந்தத் தெருவில் ஒரு உயிருள்ள ஜீவனைப் போல, சொல்லப் போனால் ஒரு வயதான மனுஷி போல இந்த வீடு நடமாடிக்கொண்டு இருப்பதாகச் சொன்னேன்.

‘எப்படி, எப்படி?’ படுக்கையில் இருந்தவர் தன்னுடைய முதுகை அசைத்து சற்றுத் தன்னைத் திருத்திக் கொண்டு, ‘வயசான மனுஷி மாதிரி இருக்குண்ணா சொன்னீங்க? நல்லா இருக்கே’ என்றார். அவர் பக்கத்தில் வரச் சொன்னார். ‘இன்னொரு தடவை சொல்லுங்க” என்றார். என்னால் அப்படியெல்லாம் இன்னொரு தடவை எப்படிச் சொல்லமுடியும். சொன்னால் முதல் தடவை சொன்னதன் முதல் தடவை என்ன ஆகும்.

'ஞாபகம் வருகிறது. ஞாபகங்களைத் திறக்கிற சாவியை மற்றவர்களே வைத்திருக்கிறார்கள். இன்று உங்களிடம். பெரிய வீடு என்பது என்னுடையது அல்ல. என் சகோதரர்கள் உடையது அல்ல. எங்கள் தந்தை உடையது அல்ல. அவருடைய தந்தையுடையது. அவர்தான் அசலான பெரிய வீட்டுக்காரர். எங்கள் அப்பாத் தாத்தாவை எப்படி நீங்கள் பெரிய மனுஷியாகப் பார்க்க முடிந்தது?'

நான் அவர் கண்களையே பார்த்து நின்றேன். பதில் சொல்ல வில்லை. அவருடைய நூல்கண்டு பிரிந்து பட்டம் எவ்விக் கொண்டிருப்பதை நான் உணரமுடிந்தது. அவருமே அவரை அவிழ்த்துக்கொண்டு ஓடுவதை அறிந்திருந்தார் என்பதை முகத்தில் வந்திருந்த பிரகாசம் காட்டியது. தன் விரல்களுக்குள் கோர்த்துப் பிடித்திருந்த அவருடைய துணைவியாரின் விரல்களை அவர் சத்தமாக முத்தமிட்டுக்கொண்டார்.

'எங்கள் அப்பாத் தாத்தாவுக்கு மூன்று மனைவிகள். கொழும்பு வியாபாரம் உச்சத்தில் இருக்கும் போது அவர் மூன்றாவது திருமணம் செய்துகொண்டார். திருமணங்களின் எண்ணிக்கைப் பெருமையாக இதைச் சொல்லவில்லை. அந்த மூன்றாவது மனைவி ஓவியங்கள் வரைவார். என்ன வகை ஓவியங்கள் தெரியுமா? ந்யூட் பெயிண்டிங்ஸ். பெரும்பாலான ஓவியங்கள் விளக்கு வெளிச்சத்தில் இருட்டுக்குள் நிற்பவை. அல்லது படுக்கையில் சாய்ந்திருப்பவை. எந்த உடம்பிலும் உடம்பு மட்டும் தான் இருக்கும். வேறு எதுவும் இருக்காது.

இதை எங்கள் அப்பா சொல்லியிருக்கிறார். ஏன் தெரியுமா? எங்கள் அப்பா நொடித்துப் போன காலத்தில், அவர் அதிக விலைக்கு விற்றது அவற்றைத் தான். முழுவதுமாகத் தீட்டப் படாத, பாதி நிலையில் இருந்த ஒன்றை யாரும் வாங்கமாட்டார்கள் என்று நினைத்தாராம். அது அடிபிடியான ஏலத்தில் போயிற்றாம். நீங்கள் சரியாகவோ தவறாகவோ சொல்கிற அந்த வயதான மனுஷி எங்கள் தாத்தாவின் அந்த மூன்றாவது துணைவியாகக் கூட இருக்கலாம். முடிந்தால் அடுத்த முறை பாருங்கள். அவர் உடுத்தி இருக்கிறாரா இல்லையா என்று?

படுக்கையில் இருந்து வரும் குரல் கம்மி ஒரு சுவர் விரிசல் விடுவது போலப் பிளந்து நின்றது. அவர் முன்னிலும் இறுக்கமாக அவருடைய மனைவியைத் தன் பக்கம் இழுத்து அணைத்துக் கொண்டார். மிகவும் பூஞ்சையாக இருந்த அந்தப் பெண்ணின் தளர்ந்த நெஞ்சு பிதுங்கியது.

அமலி அவசரமாகக் கால் பக்கமிருந்து முகத்தின் பக்கம் போய், அவர் மூச்சு இரைப்பதைக் கவனித்தார். ஒரு புட்டியில் இருந்து சிறிய அளவு மருந்தைச் சரித்து அவருக்குப் புகட்டி உதடுகளை வாயோரத்தை எல்லாம் துடைத்துவிட்டார். அவுன்ஸ் குப்பியைக் கழுவி வைத்துவிட்டு, செல்வத்தைக் கடுமையாகப் பார்த்தார். 'தம்பி ரெண்டு பேரும் போய் வெளியில இருங்க' என்றார்.

அணைப்பின் இறுக்கத்தில் இருந்து தன்னைத் தளர்த்திக் கொள்ளும் முயற்சியாக, பெரியவீட்டுக்காரரின் மனைவி கணவருடைய நெற்றியில் சிறிய முத்தங்கள் இட்டுக்கொண்டு இருந்தார். செல்வத்திற்கு எப்படி என்று தெரியவில்லை. எனக்கு ஒரு அந்தரங்கத்திற்குள் புகுந்துவிட்டது போல இருந்தது. அமலிக்கு அது ஒரு காட்சியாகவே இல்லை. அடுத்த கட்ட சிகிட்சைக்கான தயாரிப்பில் இருந்தார். ஒரு அகன்ற வெள்ளைப் பீங்கான் பாத்திரத்தில் ஆவி பறக்கும் வென்னீரை ஏந்தியவராக சுவரோர மர அலமாரியை ஓசையின்றித் திறந்து கொண்டிருந்தார். அவருடைய புடவைத் தலைப்பின் நீலக் கரையின் சுருக்கங்களை நான் வரைய விரும்பினேன். திரைச் சீலைகள், மேலங்கிகள், தளர்ந்து தொங்கும் ஆடைகள், சாட்டின் மெத்தை விரிப்புகளின் சுருக்கங்கள் எல்லாம் எப்போதுமே எனக்கு ஒரு சவாலை வைப்பன. இந்தச் சேலைத் தலைப்பு அதையே செய்தது.

நாங்கள் இன்னும் போகவில்லையா என்பதை அறிவது போல எங்கள் நிழல்களை ஒரு சிறிய கழுத்தசைவு மூலம் அமலி அவதானிப்பது தெரிந்தது. சதுரங்கத்தின் ஒரு நகர்வு போல் செல்வம் தன் கட்டத்தில் இருந்து அவனை அகற்றிக்கொண்டு வெளியே போனான். அமலியை நான் அல்லது அமலி என்னைப் பார்த்து விட்டால் போதுமானது. அந்த அறை அங்கு நிகழும் ஒவ்வொரு அசைவுக்கும் ஏற்ற கச்சிதமான வெளிச்சத்தை வைத்துக்கொள்கிறது. மற்ற நேரத்தில் என்ன, வெளிச்சத்திற்கு ஒலியா இருக்கிறது? கிடையாது. இப்போது உருகிக்கொண்டு இருக்கும் வெளிச்சம் மௌனமாக இருந்தது.

நான் இரு மடங்கு வேகமாகப் போய் செல்வத்தின் தோளைத் தொட்டு நிறுத்தினேன். அவன் நின்ற இடத்தின் பக்கவாட்டுச் சுவரில், ஒரு பழக்கூடையின் ஓவியம் தொங்கியது. அந்தக் கருப்புத் திராட்சைக் கொத்திலிருந்து எப்போது வேண்டுமானாலும் ஒரு திராட்சை நெகிழ்ந்து விழலாம்.

நான் செல்வத்திடம் சொன்னேன். அந்தப் பூனைப் படம் வரைந்திருப்பதையும், அதை அவனுடைய அம்மாவிடம்

கொடுத்துவிட்டுப் போவதற்கே இங்கு வந்ததாகவும், தாழ்வாரத்தில் உள்ள கருங்கல் தூண்களுக்கு இடையில் அதை வைத்திருப்பதாகவும், அதை எடுத்துவந்து உதவினால் நல்லது என்றும் கேட்டுக் கொண்டேன். 'அம்மா கிட்டே கொடுத்துட்டு நான் கிளம்புகிறேன் தம்பி' என்றேன். செல்வத்திற்கும் பெயரைச் சொல்லிக் கூப்பிடாமல், 'தம்பி' என்று அவனுடைய அம்மாவைப் போல நான் சொல்வது புரிந்திருந்தது. என்னைத் தொட்டான். 'எல்லோரையும் தொந்தரவு பண்ணிட்டேன் இல்லே' என்று அமலி இருக்கும் அந்த அறையின் திசையில் சொன்னேன்.

செல்வம் சதுர அமைப்புள்ள வானவெளியின் தென்பக்கத்தில் வேகமாகப் போய்க்கொண்டு இருந்தான். அதே இடத்தில் நிற்க முடியவில்லை. ஒரு பழுப்பு நிறப் படத்தின் முன் இப்போது நின்றேன். கிட்டத்தட்ட அது ஒரு ஆளுயரப் படம் அது. சிம்மாசன வளவுகள் உள்ள ஒரு வெல்வெட் தைத்த நாற்காலியில் அந்தப் பெண் அமர்ந்திருந்தார். அளவுக்கு அதிகமான நகைகளைக் காதில் கழுத்தில் புஜத்தில் அணிந்திருந்தார். ஒரு வேளை அது அந்தக் காலத்தின் அளவாக இருந்திருக்கலாம். மடியில் ஒரு பெரிய ஓநாய் போன்ற உருவமுள்ள நாக்குத் தொங்கச் சிரிக்கும் நாயை வைத்திருந்தார்; அனைத்துவிரல்களிலும் இருந்த மோதிரங்களில் இருந்த மெல்லிய சங்கிலிகள் அவருடைய வளையல்களில் இணைந்திருக்க, அவர் அதைத் தட்டிக்கொடுத்தபடி இருக்கும் நிலை. சுண்டு விரல் தனியாக வளைந்திருந்தது. என்னால் இப்போது எங்கு போனாலும் மீண்டும் அந்தப் படத்தில் உள்ளவரை வரைய முடியும். மூக்கில் தொங்கும் புல்லாக்குக் கீழ் இலையடிப் பூப் போல் முகிழ்க்கும் அந்தச் சிரிப்பு உட்பட.

செல்வம் திரும்பிவந்து கொண்டு இருந்தான். கணவாய்க்கு உள்ளே இருந்து மீண்டும் அந்த ரயிலை வெளியே ஓடவிட்டேன். நான் எடுத்துவரச் சொன்னது தவிரக் கூடுதலாக இரண்டு மூன்றை இரண்டுகைகளிலும் வைத்திருந்தான். இடது கையின் இடுக்கில் ஃபோட்டோ ஃப்ரேம் போல ஒரு பெரிய சட்டத்தை இடுக்கியிருந்தான். ஒரு ரயில் பயணம் முடித்து நடைமேடையில் இறங்கிவருபவன் போலத் தூரத்தில் இருந்தே என் மேல் குவிந்தவனாக வரும் அவனை எதிரே போய்த் தழுவிக்கொள்ள நினைத்தேன். தலைவாசலை ஒட்டி இருந்த அறைகளில் தானியம் போல கொட்டிக்கிடந்த ரொம்ப கால இருளுக்குள் இருந்து யார் வந்திருந்தாலும் எனக்கு அப்படித் தோன்றியிருக்கலாம். தினசரி அப்படித்தான் அமலியும் வருபவராக இருப்பார்.

ரீங்கரிக்கிறது போன்ற சத்தம் எங்கிருந்து வரத் துவங்கியது என்று தெரியவில்லை. நான் பழைய காலப் பெண்டுலக் கடிகாரங்கள் மணியோசையைத் துவங்குவதற்கு முன்பு அப்படித் தன் சுருள்களை அவிழ்த்துக்கொள்கிறது எனச் சுவர்களில் ரோமன் இலக்கக் கடிகாரம் ஒன்றைத் துளாவினேன். செல்வம் தன் சுமையை மாற்றிக்கொண்டு ஒரு விரலை உதட்டில் அமிழ்த்திப் பேசவேண்டாம் என எச்சரிக்கை செய்தபடி வந்தான். ரீங்காரம் அதிகரித்து ரீங்காரம் மட்டுமே எஞ்சியிருந்தது.

என் அருகில் வந்து வேறொன்றும் சொல்லாமல், 'சார் பாடப் போறாரு' என்றான். ரீம் ரீம் என்ற ஒலியாக ஒரே ஒரு கரு வண்டு பெரிய வீடு முழுவதையும் சுற்றிவந்துகொண்டு இருந்தது. உடம்பு மட்டுமே உடம்பில் இருக்கும் சித்திரங்களை வரைந்த அந்தப் பெரிய மனுஷி தான் வரைந்து முடிக்காமல் விட்ட கித்தான் எந்த அறையில் இருக்கிறது என்று தேடிக்கொண்டு போவதாக நினைத்துக் கொள்ளாவிடில் அப்புறம் நான் என்ன?

'சுருதி சேரலைன்னா சார் சில சமயம் பாடாமலே இருந்துருவாரு' என்று செல்வம் அடிக்குரலில் சொன்னான். 'சில சமயம் அவரு கூடச் சேர்ந்து எல்லோரும் பாடணும். அந்த அம்மா பாடும். நம்ம அமலி அம்மா பாடும். நான் கூட ஒரு தடவை பாடியிருக்கேன்' என்றான். நான் தொண்டையை லேசாகச் செருமிக்கொண்டேன். தானாக அப்படிச் செய்யும்படி ஆயிற்று. இத்தனை வருடங்களில் நான் ஒரே ஒரு முறை கூடப் பாடியதே இல்லை என்பதும் இந்தப் பெரியவீட்டின் ஏதோ ஒரு விசித்திரமான அம்சம் அப்படி ஒரு கதவை இன்று திறந்தால் எப்படி இருக்கும் என்பதை யூகித்தலில் இருந்தேன்.

'திங்கள் மதிக் கண்ணியானை தேமொழியாளொடும் பாடி' என்று துவங்கிய முதல் அடிக்குப் பிறகு, சொல் எல்லாம் உதிர்ந்து அவருடைய குரலோடு மட்டும் நான் இருந்தேன், வெளிச்சுற்றுப் பிரகாரத்தின் தளக்கல் எல்லாம் நனைந்து கிடக்கும் ஒரு மழைக்காலக் கோவிலின் உள்ளிருந்து வருகிற ஓதுவாரின் குரல் போல கல் கல்லாக, கல்லிடை முளைத்த புல் தடவிப் பெருக்கிக் கொண்டு இருந்தது. மிச்ச வரிகள் எனக்குத் தெரியும், நானும் பாடிவிட முடியும் என்று தோன்ற, சொல்லற்ற ஒலியுடன் நான் உதடசைத்தேன். 'பைங்கிளிப் பேடையொடு ஆடிப் பறந்து வருவன கண்டேன்' என்ற வரியில் மறுபடி மறுபடி அவர் சிறகு விரிக்கையில், என்னை அறியாமல், 'கண்டேன் அவர் திருப்பாதம், கண்டறியாதன கண்டேன்' என்ற அடிக்குப் போயிருந்தேன்.

நான் சற்று வாய்விட்டுப் பாடியிருக்க வேண்டும். செல்வம் என் முகத்தைப் பார்த்தான். எனக்குப் போதும் என்று இருந்தது. அதற்கு மேல் அங்கே இருக்க வேண்டாம் என்று ஆகிவிட்டது. செல்வத்தின் தோளில் கையைப் போட்டு, வாசல் தாழ்வாரம் பக்கம் நடக்கத் துவங்கினேன். தாள் சுற்றிப் பொதியப்பட்ட என்னுடைய பூனை ஓவியத்தை என் கைகளிலேயே வைத்துக் கொள்ள வேண்டும் என்று அதை அவனிடமிருந்து வாங்கிக்கொண்டேன். இந்த வீட்டுக்குள் வந்த பிறகு அடைந்திருக்கும் ஒரு தொன்மையான உணர்வை என்னிடமிருந்து அதற்குள் கடத்திவிட முடிந்தால் நல்லது.

'அம்மா, இப்போ வந்திருவாங்க. நர்சிங் முடிச்சிருப்பாங்க' என்றான். எனக்கு அமலி இங்கேயே இருப்பது போலவும் செல்வத்திடமே அந்தப் பூனை ஓவியத்தை ஒப்படைத்துவிடவும் தீர்மானமாகிவிட்டது. நான் சிவப்பு நிறப் பரிசு ரிப்பனால் சுற்றப்பட்ட சுற்றுத் தாளைப் பிரிக்க ஆரம்பித்தேன். 'அம்மா வந்துருவாங்க மாமா' என்றான். 'அம்மாவும் இதை உங்களிடம் கொடுக்க விரும்பினாள்' என்று தன் கையில் இருந்தவைகளைக் காட்டினான். அவை என்னென்ன என்று சொல்வது என்னைக் கொஞ்சம் காத்திருக்க வைக்கும் என்பது போலச் சொல்ல ஆரம்பித்தான்.

'மாமா, நீங்க அன்றைக்கு ஸ்கெட்ச் பண்ணின மாதிரி, இது அப்பா வைத்திருந்த ஸ்கெட்ச் புக்.' அவன் எனக்கு முன்னால் நீட்டியது நேர்த்தியாக பைண்ட் செய்யப் பட்டிருந்தது. 'மாமாகிட்டே கொடுத்திருவோமா தம்பி' என்று அம்மா கேட்டுது. நான் சரிண்ணு சொன்ன பிறகு அம்மாவே பைண்ட் பண்ணினாங்க'.

'இது அப்பா கையால செய்த ஃப்ரேம். அப்பா இழைப்புளி, ஹேக்ஸா ப்ளேட், சுத்தியல், ஆணி, உப்புத் தாள், வார்னிஷ் எல்லாம் வச்சிருப்பாரு. மரத் துண்டு வாங்கிட்டு வர கேரளா எல்லாம் போயிட்டு வருவாரு. நானும் அம்மாவும் அவரு கூடப் போயிருக்கோம். அம்மாவுக்கு மர வாசனை பிடிக்கும். அப்பா ஃப்ரேமுக்கு அறுக்கும் போது விழுகிற தூளை உள்ளங்கையில வச்சு முகர்ந்து பார்த்துக்கிட்டு இருப்பாங்க'. செல்வம் அப்படிச் சொல்லும் போது மரத்தூளை முகர்ந்து பார்க்கும் அமலியைப் பார்க்க முடிந்தது.

'அது என்ன தம்பி?' நான் இன்னும் விபரம் சொல்லப் படாத அந்த மூன்றாவது குறித்துக் கேட்டேன். நான் சுற்றி எடுத்துவந்திருந்தது போலவே அதுவும் கவனமாக எடுத்துவரப்

பட்டிருந்தது. செல்லோ நாடாக்களை அகற்ற, தயாராக செல்வம் ஒரு சிறு கத்திரியை எடுத்துவந்திருந்தான். ஒவ்வொரு முனையாக அவன் அகற்ற ஆரம்பித்திருந்த சமயம் நானும் என் கையில் இருந்ததைப் பிரிக்க ஆரம்பித்திருந்தேன்.

தூரத்தில் வீட்டின் உள்ளறைகளில் இருந்து அமலி வந்துகொண்டு இருந்தார். அவர் கையில் இருந்த தட்டில் தேநீர்க் கோப்பைகள் இருந்தன, ஒரு ஆழ் கோக்கோ நிற தேநீர் ஜாடியுடன். நல்ல பீங்கானுடன் பீங்கான் மோதும் சமயம் உண்டாகும் சன்னமான கிணுக்கம் கேட்டது.

நாங்கள் இருந்த தாழ்வாரத்தின் இடது புறத்தில் பிரம்பு நாற்காலிகளும் வட்ட மேஜையும் இருந்தன. 'தம்பி இங்கே வந்திருங்க. டீ சாப்பிட்டுக்கிடலாம்' என்று அழைத்தார். அவர் எதுவும் சொல்லாமலே, மற்ற அனைத்தையும் இங்கேயே விட்டுவிட்டு அங்கே போய் அமர்ந்தோம்.

'அவர் பாட ஆரம்பித்ததும் தான் எனக்கு நிம்மதி ஆயிற்று. அவரை நீங்கள் நூறு வருடங்களுக்கு முன்னால் கூட்டிப் போய்விட்டீர்கள். அவரை நிகழ் காலத்திலேயே வைத்திருப்பது எனக்குச் சொல்லப்பட்டிருக்கிற சிகிட்சைகளில் முக்கியமானது' தேநீர்க் கோப்பைகளை நிரப்பி எங்களிடம் கொடுத்தபடி அமலி சொன்னார். 'நூறு வருடங்களுக்கு முன்னால் செல்வது எனக்குத் தேவையாக இருந்தது' என்று நான் சொல்லவிரும்பினேன். சொல்லாமல் வசதியாகத் தேநீர்க் கோப்பையின் நெளியும் வெதுவெதுப்பில் பார்வையைக் கவிழ்த்திக் கொண்டேன்.

'அங்கே போயிரலாமா தம்பி?' எதற்கும் ஒரு ஒப்புதலை செல்வத்திடம் பெற்றுக்கொள்ளும் அமலியின் வழக்கம் தப்பவில்லை. எங்கள் இருவரையும் முன்னே போகவிட்டு அவருடைய புடவைச் சத்தம் பின்னால் வந்துகொண்டு இருந்தது. மர நாற்காலிகளில் யாருமே உட்காரவில்லை. முன் தீர்மானித்தது போல, ஒரு பரிசளிப்பு மேடையில் நிற்கும் வரிசை உண்டாகியிருந்தது.

முதலில் நான் என்னுடைய ஓவியத்தைப் பிரித்தேன். காகிதக் கூழ்ச் சட்டம் நேர்த்தியாக அமைந்திருந்தது. அப்போதுதான் இன்னொருவர் வரைந்ததை முதல் முறை பார்க்கும் வியப்புடன் இரண்டு கைகளின் உச்ச தூரத்தில் பிடித்துக்கொண்டு பார்த்தேன். பூனை தனியாக, பாறையில் அமர்ந்து கடல் பார்த்தது. இன்னும் மழை விழவில்லை. சாம்பல் வானம் தொங்கியபடி அப்படியே,

'இந்தாங்க அமலி' என்று அதை அவரிடம் கொடுத்தேன். ஓவியங்களைப் பார்த்துப் பழகிய ஒருவரின் துல்லியத்துடன் சரியான தூரத்தில் மூன்று நிமிடங்கள் பார்த்துவிட்டு, 'எப்படியிருக்கு பாரு, தம்பி' என்று செல்வத்திடம் கொடுத்தார். என்னுடைய கையைக் குலுக்கினார். கையில் வைத்துப் பார்த்துக்கொண்டு இருக்கும் செல்வத்தை வலது புறத்திலும் என்னை இடது புறத்திலும் இழுத்துச் சேர்த்துக்கொண்டார்.

'இது ஸ்டீஃபனோட ஸ்கெட்ச் புக். இதை உங்களுக்கே உங்களுக்குக் கொடுத்துவிட நினைத்தேன். அதற்காகத்தான் கொண்டு வந்தேன். இப்போது எதனாலோ, நீங்கள் பார்த்த பிறகு திரும்பி வாங்கிக்கொள்ள நினைக்கிறேன். அதுதான் சரியாக இருக்கும்' அதை என்னிடம் கொடுத்தார். செல்வம் இப்போது அவன் கொண்டுவந்திருந்த ஓவியத்தை முற்றாகப் பிரித்திருந்தான். அவன் விரல் நுனியில் ஒரு துண்டு செல்லோ நாடா ஒட்டியிருந்தது.

'இதுவும் எங்களுக்குப் பிரத்யேகமாக ஸ்டீஃபன் விட்டுவிட்டுப் போயிருப்பது. இரண்டு வகைகளில் அது பிரத்யேகம். ஒன்று, அது ஒரு ஈஸ்டர் சித்தரிப்பு. முன்பு யாரோ வரைந்த ஒரு ஓவியத்தை ஸ்டீஃபன் செய்திருக்கும் நேர்த்தியான பிரதி. இரண்டாவது பிரத்யேகம் அந்தப் பிரதியில் மூன்றாம் நாள் ஏசுவைத் தவிர இருக்கிறவர்கள். நீங்கள் பார்த்தால் ஒருவரை விட்டு அடுத்தவரிடம் நகர முடியாது. வலது புறம் இரண்டு ஆண்கள். இடது புறம் ஏசுவின் காலடியில் மண்டியிட்டு ஒருவர். மற்றும் இரு ஆண்கள். அவர்களை ஒட்டி மூன்று பெண்கள். மூன்று பெண்களில் நடுவில் இருக்கிற பெண்ணின் முகத்தை உங்களால் கண்டுபிடித்துவிட முடியும். ஸ்டீஃபன், நடுவில உள்ள அந்தப் பெண்ணுக்கு என் முகத்தைக் கொடுத்திருப்பார்' அமலி விசும்ப ஆரம்பித்திருந்தார். தோள்கள் அதிகம் குலுங்காத ஆழ்ந்த அழுகை. அவரை அறியாமல் ஒரு பிரார்த்தனை நேரம் போலச் சேலைத் தலைப்பால் முக்காடு இட்டு நாடிக்குக் கீழ் பிடித்துக் கொண்டார்.

செல்வம் என்னை ஒட்டிவந்து நின்றான். அவனுடைய கையில் அந்தக் காலி வெற்று மரச் சட்டம் இருந்தது. அமலி இழுத்து சுவாசம் செய்தார். அகன்று விரியும் அவருடைய நாசித் துளைகள் தணிந்துகொண்டு இருந்தன. முன்பு அவர் மூக்குத்திகள் அணிந்திருந்து இருக்கலாம்.

'ஸ்டீஃபன் ஓவியங்களை விற்பதில்லை. ஆனால் அவர் செய்யும் ஃப்ரேம்களுக்குக் காத்திருக்கும் வாடிக்கையாளர்கள் இருந்தார்கள்' அமலி செல்வத்தின் கையில் இருந்து வாங்கிய அந்தச் சட்டத்தைத் தன் சேலைத் தலைப்பால் துடைத்தார். மீண்டும் எல்லாப் பகுதிகளையும் விரல்களைக் கொண்டு நீவினார். முகத்து அருகில் வைத்து முகர்ந்தார், ஒரு பிரார்த்தனை முத்தம் இட்டார். என்னிடம் கொடுத்தார். 'ஆசீர்வாதமாக இருங்க' என்றார்.

நான் பெற்றுக்கொண்டு அமைதியாக இருந்தேன். நெற்றியில் அவர் சிலுவை இடவேண்டும் எனக் குனிந்திருந்தேன்.

'சொல்லிவிட்டு வந்துவிடுகிறேன் தம்பி' செல்வகுமாரிடம் சொல்வதுதானே எனக்கும். அந்தப் பக்கத்துத் தாழ்வாரத்தின் வட்ட மேஜையில் இருந்து தேநீர் ஜாடி, கோப்பைகளைக் குனிந்து தட்டில் சேகரித்துக் கொண்டார். உட்பக்க முதல் அறைகளின் இருட்டுக்குள் அவர் சேலை விசிறிக்கொண்டு இருந்தது.

என் கையில் இருந்த வெற்று ஃப்ரேமை நான் அவர் போகிற திசையில் உயர்த்திப் பிடித்தேன். தன்னுடைய புள்ளிகள் இட்ட வெள்ளைப் புடவையுடன் செல்வதை ஒரு ஓவியமாகச் சட்டமிடுவது போல, சரியான ஒரு கோணத்தின் அசைவிற்குக் காத்திருந்தேன்.

எனக்குப் பெரியவீட்டுக்காரர் சொன்ன அந்தத் தாத்தாவின் மூன்றாவது துணைவியாரும் அவருடைய ஓவியங்களும் நினைவு வந்தது. உடம்பு மட்டுமே உடம்பில் இருக்கும் ஒரு பெண் நான் உயரத்தில் தூக்கியிருந்த வெற்றுச் சட்டத்துக்குள் தூரத்தில் போய்க்கொண்டு இருந்தார்.

அம்ருதா மே.2018

❈❈❈

சீரங்கம்

திரவியம் பிள்ளைக்கு திடீரென்று செத்துப் போய்விடவேண்டும் என்று தோன்றிவிட்டது. வேறு எந்த விசாரமும் அவருக்கு இல்லை. வழக்கம் போல ரேடியோவில் ஒன்பது மணி நியூஸ் கேட்டார். ஈசி சேரில் சாய்ந்தபடி, பக்கத்தில் இருந்த வெங்கலச் செம்பில் கவிழ்த்திருந்த தம்ளரைப் பார்த்தார். அது பித்தளையால் ஆனது. உளி போல இருக்கும். இரண்டும் சீரங்கம் கொண்டுவந்தது.

சீரங்கம் போய்ச் சேர்ந்து பத்துப் பன்னிரண்டு வருஷம் இருக்கும். தனியாகத்தான் இருக்கிறார். பையன் கூப்பிட்டுப் பார்த்தான். தான் சொன்னதைக் கேட்காவிட்டாலும் மருமகள் சொல் தட்டமாட்டார் என்று நித்தம் மூலம் சொல்லிப் பார்த்தான். 'நான் இங்கேயே இருக்கேன்.' என்று திட்டமாகச் சொல்லிவிட்டார்.

திரவியத்திற்கு அது ஆச்சரியம் தான். வீட்டிற்கு உள்ளே சீரங்கம் நடமாடுகிறது போல இருக்கும். பீரோ திறக்கிற சத்தத்தில் கீல் முனங்கும். சமையல் அறையில் ஏனம் கழுவிக் கவிழ்த்துகையில் ஒன்றின் மேல் ஒன்றாகப் புரண்டு சருகுகிறது காதில் விழும். மத்தியானச் சாப்பாட்டுக்கு முன்னால் புறவாசல் ஓட்டுச் சாய்ப்பில் காக்காய்க்குச் சோறு வைத்துக் கா, கா என்று கூப்பிடுவது அந்த தூரத்துக்கும் வெயிலுக்கும் தக்க கூடக் குறையக் கேட்கும். அங்கணக் குழியில் ஒன்றுக்கு இரண்டு செம்பாகத் தண்ணீர் கோதிக் கால் கழுவிக்கொள்கிற சத்தம் இரண்டாம் கட்டில் விரித்திருக்கிற ஜமுக்காளம் வரை வரும்.

எல்லாம் ஒரு நாள் சட்டென்று நின்றுவிட்டது. பெட்டியை இறக்கிக் கீழே வைத்திருந்து எடுத்துக்கொண்டு போவது போல, சீரங்கம் கருப்பந்துறை போய் இத்தனை வருஷமும் கேட்டுக்கொண்டு இருந்தது, சட்டென்று அதன் பிறகு சுத்தமாகக் கேட்கவில்லை.

அந்த நாளை அவருக்கு நன்றாக ஞாபகம் இருக்கிறது. சாயந்திரம் இரண்டு கிண்ணம் மரச் சீனிக்கிழங்கு வெந்து தாளித்துச் சாப்பிட்டிருந்தார். இன்னும் இரண்டு கரண்டி மிச்சம் இருந்தது. படுக்கப் போகும் முன்பு தேவைப்பட்டால் சாப்பிட்டுக் கொள்வோம் என்று இருப்புச் சட்டியில் தட்டைப் போட்டு மூடி அடுப்பிலேயே வைத்திருந்தார்.

ஆனால் சரியாக விரிக்கக் கூட இல்லை. தரையில் துண்டை விரித்துப் படுத்தவர் அப்படியே தூங்கியிருக்கிறார். விடிய விடிய மழை பெய்தது கூட அவருக்குத் தெரியவில்லை. வீட்டுக்குள் இருந்து ஒரு யானை வெளியே போகிற மாதிரி ஒரு சொப்பனம் நான்கு சுவர்களும் அந்த யானையின் பெரிய உருவத்திற்கு ஏற்ப அகன்று கொடுக்கிறது, தலை வாசல் கதவில் முழுக்க முழுக்கத் தாழம்பூவாகக் கட்டித் தோரணம் தொங்கவிட்டிருக்கிறார்கள். அதுவும் அப்படியே இளகி நெளிந்து வழி விடுகிறது. யானை வெளியே போக எடுத்துவைத்த பின்னங்கால் அசைவும் மடங்கலும் அப்படி இருக்கிறது.

கழுத்தில் சத்தியக் கயிறு, முதுகில் மணி எதுவும் கிடையாது. ஒரு ஈத்தங்காட்டிலிருந்து இன்னொரு ஈத்தங்காட்டுக்குப் போகிற நடை. நீண்டவால் உள்ள ஒரு பறவை கொஞ்ச நேரம் மத்தகத்தில் உட்கார்ந்து பறந்து போனது. ஆனால் திரவியத்திற்கு வடக்குப் பிரகாரத்தின் கல் கட்டுமானத்திற்குள் அடங்கி, தாமரைப்பூ வாடுவது போல் ஒரு மணிச் சத்தம் ஒலித்துக் கூம்புவது கேட்டது. வீட்டுக்குள் ஒரு பாசிபிடித்த தெப்பக்குளம் வந்துவிட்டது போல, பச்சை வாசம் அடித்தது. நீராழி மண்டபத்திற்கு யாரோ நீந்திப் போய்க்கொண்டு இருந்தார்கள்.

திரவியம் பிள்ளை எழுந்த போது எந்தப் பதற்றமும் இல்லை. நிம்மதியாக இருந்தது. எப்போதுமே ஜன்னல் வசமாகத் தெரிகிற படியே படுத்திருப்பார். ஜன்னல் பக்கம் போய் நின்று பார்க்கும் போதுதான் அப்படி ஒரு மழை பெய்திருப்பது தெரிந்தது. தெருவைப் பார்த்தார். தெருவில் கரண்டை அளவு மழைத் தண்ணீர் ஓடிக்கொண்டு இருந்தது. எல்லாக் கசடையும் ஏற்கனவே

வண்ணதாசன் } 51

கழுவி ஆயிற்று என்பது போல், மழைத்தண்ணீர் ஒரு கருங்கல் ஜல்லி நிறத்தில் புரண்டுகொண்டு சென்றது.

கொஞ்ச நேரம் வீட்டில் ஒவ்வொரு அறையாகத் திரவியம் போய்ப் பார்த்துவிட்டு வந்தார். எல்லா அறைகளையும் அலம்பிவிட்டது போல் இருந்தது. ஏற்கனவே ஒரு விளக்கேற்றியிருப்பது போல, பனி நிறத்தில் ஒரு வெளிச்சம் இருப்பதை அவர் உணர்ந்தார். இப்போது புழங்காத, அந்த அறையைத் திறந்து, கட்டில் முன்னால் நின்றார். விரிப்பு எதுவுமற்ற அந்த மரக்கட்டிலின் வழுவழுப்பு அப்படியே தலை தூக்கிப் படம் விரித்து அசைவற்றது.

மறுபடியும் வந்து அவர் தரையில் கிடந்த துண்டில் படுத்தார். விடிவதற்கு முன் எழுந்திருந்த சமயம் பூனை கூப்பிடுவது கேட்டது. காகம் ஒன்றிரண்டு அதனதன் கிளைகளில் அமர்ந்திருந்தது. கிளை முறிந்த பச்சை வாசம் அடித்தது. ஆனால் அதற்குப் பிறகு சீரங்கம் குரலை ஒரு அடையாளமாகக் கூட மீட்டுக்கொள்ள முடியவில்லை.

இன்றைக்கு அவர் முன்னால் இருக்கும் வெண்கலச் செம்பையும் அதன் மேல் கவிழ்த்தியிருக்கும் டம்ளரையும் பார்க்கும் போது, சற்றுக் கூடுதல் அவதானத்துடன் அதன் விளிம்புகளில் புள்ளிப் புள்ளியாக வெட்டப் பட்டிருக்கிற நா.ஸ்ரீ என்ற அந்த எழுத்துக்களையே பார்த்தார்; ஆழமான புள்ளிகளில் அந்த எழுத்துகளைக் கோர்த்து அதன் பக்கத்தில் ஒரு வளைந்த காம்பில் மூன்று இதழ்களுடைய ஒரு பூ தொங்குவது போலும் அந்த ஆசாரி அதில் பெயரை வெட்டியிருந்தார். அந்தப் பூவைப் பார்க்கப் பார்க்க, அந்தப் பூவைப் பார்த்த கண்ணோடு அப்படியே தான் நிறைந்துவிடவேண்டும் என்று திரவியம் தன்னை ஈசி சேரில் தளர்த்திக்கொண்டார்.

எதிரே காம்பவுண்டு சுவரில் இருந்த கல் தொட்டிகள் இரண்டையும் பார்த்தார். தாத்தா வீட்டை எல்லாம் கிரயம் பண்ணி ஆயிற்று. பூசை மடத்துக்காரர் வீடு என்றால் எல்லோருக்கும் தெரியும். கிழக்குப் பார்த்த வீடு. இந்தப் பக்கமும் கமான் வைத்துக் கட்டியிருக்கும். கமானில் பூ வேலைப்பாடு. அந்தக் காரையும் சுதையுமாக நெளிந்து கிடப்பது எல்லாம் இந்தக் கல் தொட்டியில் இருந்து முளைத்திருப்பது போல், இரண்டுபக்கமும் இந்தக் கல்தொட்டிகளை வைக்கத் தாத்தா ஏற்பாடு செய்திருப்பார். அதில் அவரே வழிய வழியக் காலையிலும் சாயந்திரமும் தண்ணீர் ஊற்றுவார். வேனல் காலத்தில் குருவிகள் அதில் முங்கி முங்கி

} மதுரம்

இறகைச் சிலுப்பும் போது தெறிக்கிறதைத் திரவியமே சின்ன வயதில் அதிசயமாகப் பார்த்து இருக்கிறார்.

இரண்டையும் பின்னால் கன்றுகுட்டிக்குக் கஞ்சி வைக்க உபயோகப்படுத்தி வந்தார்கள். உடைந்து கீறிப் போனதில் டேபிள் ரோஜா வளர்த்தாள் திரவியத்தின் அக்கா. இவர் இதைத் தூக்கிக்கொண்டு வந்து தாத்தா போல குருவிக்குத் தண்ணீர் வைத்துக் கொண்டு இருக்கிறார். குருவிக்குப் பதிலாக இப்போது கல்தொட்டியில் அணில் வந்துவிட்டுப் போகிறது.

திரவியத்திற்கு அந்தக் கல்தொட்டியை நிரப்பவேண்டும் என்று தோன்றியது. குழாயில் தண்ணீர் பிடித்து வழிய வழிய அதை நிரப்பி, புடைத்த கல் இடுக்குகள் வழியாகக் கசிந்து இறங்கும் நீர் இழையைப் பார்த்தபடி நின்றார். அந்தக் கை வாக்கில் இருக்கிற மற்ற எல்லாச் செடிகளுக்கும் தண்ணீர் ஊற்றினால் என்ன என்று தோன்றிற்று. அந்தப் பகுதிக்கான விளக்குக்கான ஸ்விட்சை நடைப்பக்கம் ஏறிப் போட்டுவிட்டு வந்தார். பழையகாலத்து குண்டு பல்ப் வெளிச்சத்தில் அந்த இடத்திற்கு ஒரு பழையகாலம் திரும்பியிருந்தது. செடிகளும் பழைய காலத்திற்குப் போயிருந்தன.

திரவியம் இப்போது வேறொருவர் ஆகியிருந்தார். ரப்பர் குழாய்ப் பீச்சலில் மண் விலகி வரும் வாசனையும், இலைகளின் பளபளப்பும் அவருக்குள் ஒரு கணியான் கூத்துப் பாடல் ஒன்றை, கீழ்க்குரலில் பாடவைத்தது. அவருடைய வேளார் சினேகிதர் ஒருவர் செய்யும் இசக்கி அம்மன் உருவங்களை நினைத்துக் கொண்டார். குமிழ் குமிழாய் அரும்பியிருக்கும் மார்புடன் வன்னி மரங்களில் சாய்ந்திருக்கும் அவற்றிற்கு நீலம், மஞ்சள், வெள்ளை என்று வர்ணம் தீட்டிய ஒரு இரவு இப்போது அவருக்கு அருகில் வந்து நின்றது. திரவியம் ரப்பர் குழாயைக் கீழே வைத்துவிட்டுக் கைகளைக் கூப்பி, அந்தத் திக்கைக் கும்பிட்டார். பாதங்களுக்குக் கீழ் தண்ணீர் பெருகி ஓடி, அவரை அவருடைய சித்தாற்றுப் படுகைக்கு இழுத்துப் போயிற்று. திரவியம் நாணல் புதரில் கிடக்கும் மூன்று முட்டைகளைப் பார்த்துக்கொண்டு இருந்தார்.

திரவியத்திற்கு, தான் சாகவேண்டும் என்று தோன்றிய ஒரு இரவில் இவ்வளவும் நிகழ்வது பிடித்திருந்தது. எத்தனையோ வருடங்களுக்கு முன்பு சிற்றாற்றங்கரையில் பார்த்த நாணல் புதரும் முட்டைகளும் இப்போது கண்ணில் தெரிந்ததில் அவர் நிரம்பிப் போயிருந்தார். அவருக்கு அந்தச் செடிகளைப்

போலத் தானும் தன்னை நனைத்துக்கொண்டால் என்ன என்று தோன்றிற்று. ரப்பர் குழாய்த் தண்ணீரைத் தன் மேல் முற்றிலும் திருப்பிக்கொண்டார்.

ஈர உடையை எல்லாம் களைந்து கொஞ்ச நேரம் அந்தச் செடிகளுக்கு அருகில் அப்படியே நின்றார். பிழிந்து உதறி உடுத்தி வீட்டுக்குள் போனதும் அவருக்கு அவர் அந்த மழை பெய்த ராத்திரியும் யானை வெளியேறும் சொப்பனமும் வந்த தினத்தில் படுத்திருந்த இடத்தில் சற்று உட்கார்ந்திருக்கத் தோன்றியது. இந்த இடம்தான் என்று ஏதோ ஒன்று அவரை ஒரு சதுரத்தில் உட்காரத் தூண்டியது. திரவியம் அந்தச் சொல்லுக்குக் கீழ்ப்படிந்து அங்கே சம்மணம் போட்டு உட்கார்ந்தார். வில் மாதிரி நிமிர்ந்து அவரால் உட்கார முடிந்தது. அமைதியாக ஒரு தெப்ப உற்சவத்தையும் வாண வேடிக்கையையும் பூச்சிதறல்களையும் பார்த்தபடியே இருந்தார்.. முதுகு சொடுக்கி, கற்பூரம் அடங்கித் தணிந்ததும் எழுந்தார்.

எல்லாக் கதவுகளையும் திறந்து வைத்துவிட்டால் என்ன என்று திரவியம் நினைத்தார். அப்படி நிறையக் கதவுகள் எல்லாம் ஒன்றும் கிடையாது. முன் வாசல், பின்வாசல், பக்கவாட்டில் ஒன்று. அது தவிர, மச்சுப்படி ஏறிப்போனால் தட்டோட்டி வாசல் ஒன்று. முன்வாசல் ஏற்கனவே திறந்திருந்தது. பின்வாசல் கதவு திறந்ததும் காற்று அப்படிப் பந்து பந்தாய்ச் சுருண்டு உள்ளே வந்தது. கொடியில் கிடந்த அவருடைய நான்கு முழ வேட்டி, கடலில் இருந்து தப்பித்துவந்த ஒரே ஒரு அலை போலப் பொங்குவதையே பார்த்தார். அது ஒரு கட்டத்தில் தணிவது வரை அப்படியே நின்றார். பக்கவாட்டு வாசல் சமீபத்தில் புழங்காதது. பூட்டு, அடிதண்டா, நாதாங்கி என்று நிறைய அடுக்குகள் இருந்தன.

அந்த வாசலை அவர் திறந்ததும் தன்னுடைய வீடு இதுவரை இல்லாத வேறொரு உலகத்திற்கு நகர்த்தப்பட்டு விட்டது போல இருந்தது திரவியத்திற்கு. பின்வீட்டில் அடர்த்தியும் பருமனுமாக மூங்கில் வளர்ந்து கப்பும் கவருமாக அசைந்துக்கொண்டு இருந்தது. மூங்கில் கொல்லையின் உச்சியில் அவருக்கு மட்டும் காட்ட என்று, திரவியம் நீ மட்டும் பார் என்று ஒரு நீலச் சொட்டு போல நட்சத்திரம் ஒளிர்ந்து, மூங்கில் விலகவும் மறைக்கவுமாக அவருக்குள் இறங்கியது. அவருக்கு நீல நஞ்சின் சுவை பிடித்திருந்தது.

திரவியம் மச்சுப் படிக்கட்டில் ஏறினார். முதலில் பத்து, அப்புறம் ஒன்று அகலச் சதுரமாய், மறுபடி ஒரு ஏழு என்ற கணக்குக்குக் கால்கள் பழகியிருந்தன. அவருக்குள் மீண்டும் இப்போது ஒரு

பாடலின் கோர்ப்பு உண்டாகியிருந்தது. சற்றுமுன் அசைவதைப் பார்த்த பக்கவாட்டு மூங்கிலில் இருந்து அதை எடுத்திருந்தார். திர் திர் திர் என்று அவருக்குள் காற்றுத் துளையிட்டுப் பொங்கியது.

அவர் அப்படியொன்றின் இசைப்புடன் தட்டோட்டி வாசலை அகலத் திறந்தார். ஒவ்வொரு கதவாகத் திறக்காமல் இரண்டையும் சேர்த்து அகலத் திறந்தார். திறந்த அந்த இரு கதவுகளும் தன் உடலின் இடவலத்தில் இருந்தது போல, இரண்டு கைகளையும் அகல விரித்துத் தன்னைச் சுழற்றிக்கொண்டார். அவர் முகம் வானத்தில் மட்டுமே லயித்திருந்தது. வெள்ளி ரேகையிட்ட விளிம்புகளுடன் மேகங்கள் நகர்ந்துக்கொண்டே இருந்தன. அவர் மேலும் தன்னைச் சுழற்றினார். அந்தக் கிறுகிறுப்பு அவரை மெய்மறக்கவைத்தது.

அப்போதுதான் திரவியம் வடக்கு மூலையில் அந்த உருவத்தைப் பார்த்தார். அது ஒரு பச்சைக்குழந்தை போல சுருண்டு படுத்திருந்தது. கைகளில் பஃப் வைத்த சட்டை. பைஜாமாவுக்கு வெளியே சாம்பல் நிற அடர் ரோமங்களில் படிந்திருந்த சலங்கை. தொட்டிலுக்கு வெளியே தொங்குவது போல பாதங்கள்.

உடம்பின் மடங்குகளில் இரண்டு பங்காக வால் நீண்டு வளைந்து கிடந்தது.

திரவியம் குனிந்து பார்த்தார். கண்கள் மூடியும் மூடாமலும் இருந்தன. முகத்தில் ஒரு சிரிப்பு இருந்தது. நூறு வருஷம் வாழ்ந்தது போல ஒரு அமைதியும், இப்போது பிறந்து வந்திருப்பது போல ஒரு சிசுமையும் இருந்தது. திரவியம் எவ்வளவு கவனமாக எடுத்தாலும், அதன் கால்களில் இருந்த சலங்கைகள் சத்தம் உண்டாக்குவதை அவரால் தவிர்க்க முடியவில்லை. எந்தச் சத்தம் வந்துவிடக் கூடாது என்று நினைத்தாரோ அந்தச் சத்தம் அவருக்குப் பிடித்திருந்தது. அந்தப் பாதங்களை அசைத்தார். வெதுவெதுப்பு எல்லாம் அடங்கிய அந்த வலது பாதத்தை முகத்தோடு வைத்து ஒற்றிக்கொண்டார்.

அவர் முழுதாக எடுத்தணைத்து தன்னோடு பூப்போலசேர்த்து வைத்துக் கொண்டு அமைதியாக அப்படியே இருந்தார்.

கீழே யாரோ நடமாடுகிற சத்தமும் ஏனங்களைக் கவிழ்த்துகிற சத்தமும் கேட்டது.

மலைகள்.காம் இதழ் 150

✿✿✿

திரு'ணாமலை

பிச்சம்மாச் சின்னம்மை தலையில் ஒரு நார்ப்பெட்டியும் இடுப்பில் ஒரு நார்ப்பெட்டியும் இருந்தது. அதைவிட அவளுடன் ஒரு பசுவும் கூடவே நின்றது. பெயருக்குக் கழுத்தில் இருந்த கயிற்றைச் சின்னம்மை பிடித்திருந்தாளே தவிர, அது பாட்டுக்கு அவள் பக்கத்தில் நின்றது. பயிராகி நாளாகியிருக்கும் போல. வயிறு இறங்கி, ஒரு நரம்பு புடைத்து கொடிவிட்டு மடுப்பக்கம் ஓடியது.

'இதை ஒரு கை பிடிச்சு இறக்கு முருகேசு. என்று லேசாகக் குனிந்து கொடுத்த சின்னம்மை தலையில் இருந்து நார்ப்பெட்டியை இறக்கினான். அவள் இடுப்பில் இருந்த நார்ப்பெட்டியை அவளே நடையில் வைத்தாள். திரும்பி, மேல் அண்ணத்தோடு நாக்கை அப்பி, 'த்தா' என்று ஒரு சத்தம் கொடுத்ததும் பசு அவள் பக்கத்தில் வந்து நீளமாக மூச்சுவிட்டு, அவளை அங்கங்கே முகர்ந்து பார்த்து முகத்தை அவள் உடம்போடு தேய்த்தது.

பிச்சம்மாச் சின்னம்மை சிரிப்பை அடக்குகிற முகத்தோடு உடல் எல்லாம் சிலிர்த்துக்கொண்டவளாக அதன் முகத்தை மட்டும் தனியாகக் கையில் எடுத்துக்கொள்கிற பாவனையில் திருப்பி, அடித்தாடையில் தடவிக் கொடுத்தாள். பசு மேலே பார்க்கத் தலையை உயர்த்திக்கொடுத்தது. தளர்வாகத் தொங்கிய தாடைச் சதை மடிப்பை நீவிவிட்டுக்கொண்டே, 'ஒரு சருவச் சட்டி, இரும்பு வாளி ஏதாவது இருந்தா கொண்டா முருகேசு. முதலிலே அதுக்குக் கொஞ்சம் தண்ணியக் காட்டுதேன். அம்புட்டு

தூரம் நடையாவே பத்திக்கிட்டு வந்திருக்கேன்.' இடையிலே அபிசேகப் பட்டிக் குளத்தாங்கரைப் பக்கம் நாலு வாய் குனிஞ்சு கடிச்சதோடு சரி' என்றாள்.

அவளாகவே தெருவை ஒட்டின குழாயில் இருந்து தண்ணீரைத் திருகி மேல் கால் கழுவிக் கொப்பளித்தாள். 'இங்கனைக்குள்ளே ரெண்டு மூணு செம்பரத்தாங் கண்ணு நிண்ணுதே, காணும் முருகேசு' என்றாள். அம்மாவும் அம்மாவீட்டு ஆட்களும்தான் சுப்பையாவை முருகேசு என்று கூப்பிடுவார்கள். அப்பாவைப் பெற்ற தாத்தா பெயர் அது. அம்மா கூட, தாத்தா காலத்திற்குப் பிறகு ஒன்றிரண்டு தடவை சுப்பையா என்று கூப்பிடுகிறது உண்டு. இன்னும் உகந்தான் பட்டியில் இருந்து வருகிறவர்களுக்கு அவன் முருகேசு தான்.

'அம்மையும் அப்பாவும் மாப்பிள்ளை அழைப்புக்கே போயிட்டாங்களா சரசத்தை வீட்டுக் கல்யாணத்துக்கு?' சுப்பையா கொண்டுவந்து கொடுத்த பிளாஸ்டிக் வாளியைத் திருப்பிக் கொடுத்தாள். 'இதுல தண்ணி வச்சால் அது முகத்தை வச்சு நிமிர்கிறதுக்குள்ளே வாளி மகுடிச்சுச் சாஞ்சிரும்' என்றவள் 'வாய் அகலமா ஏதாவது உறுதியா இருந்தா நல்லது' என்று நடையில் வைத்திருந்த சின்ன நார்ப்பெட்டியில் இருந்த துணிப் பொட்டலத்தைப் பிரித்தாள். குத்துமித் தவிடு வாசனை வந்தது.

வேறு ஏனம் ஏதாவது எடுப்பதற்கு உள்ளே போக இருந்த சுப்பையா, அந்த வாசனையில் அப்படியே நின்றான். அவனுக்கு ராமையாத் தாத்தாவும் அவருடைய மாட்டுத் தொழுவும் ஞாபகம் வந்தது. முழங்கை வரை தவிடு அப்பியிருக்க அவர் மாட்டுக்குத் தண்ணீர் வைக்கிறார். அவ்வப்போது கலக்கிவிட்டு, மரத்தொட்டி அடியில் கரையாமல் கிடக்கும் புண்ணாக்குத் துண்டுகளை எடுத்துப் பசுவின் வாயில் ஊட்டுகிறார். அது முகம் உயர்த்தி வாயிலிருந்து கழுநீர் ஒழுக அப்படியே நிற்கிறது.

சுப்பையாவுக்கும் ராமையாத் தாத்தாவுக்கும் அப்படி ஒரு உறவு இருந்தது. பிண்ணாக்கு ஊறப்போடுவது, பருத்திக்கொட்டை ஆட்டுவது. மாட்டுக்குத் தண்ணீர் காட்டுவது. ஆச்சியிடம் கஞ்சித் தண்ணீர் வாங்கிவந்து கன்றுக்குட்டிக்குக் கல் தொட்டியில் ஊற்றுவது, தோசைக்குப் போடும்போது களைந்த உளுந்தந்தொலியை கையில் வைத்து மாட்டுக்கு ஊட்டுவது எல்லாம் தாத்தா சொல்லிக்கொடுத்தது தான்.

ராமையாத் தாத்தாவுடன் அந்த ஏழு அல்லது எட்டு வயதில் ஏதோ ஒரு மலைக்கு எல்லாம் போயிருக்கிறான். முதலில் அவனைத் தாத்தா கூட அனுப்பவே கூடாது என்றுதான் எல்லோரும் சொன்னார்கள். ' இந்த சாமியார், அம்மாசி ,பவுர்ணை எல்லாம் உங்களோடு போகட்டும். அவனுக்கு எதுக்குப் பட்டம் கட்டணும்னு துடிக்கியோ?' என்று ராமையாத் தாத்தா வீட்டு ஆச்சி கும்பிட்டாள். 'நீ பேசாம என் கூட வாய்யா. அவ என்னத்தையாவது சொல்லிக்கிட்டுக் கிடப்பா?' என்று சொன்னபோது பிச்சம்மாச் சின்னம்மை தான் ஒரு பையில் அவனுக்குச் சட்டையும் டவுசரும் வைத்துத் தாத்தாவிடம் கொடுத்தாள். 'தேங்குழல் இருக்கு. பசிச்சா சாப்பிடு' என்று முத்தும் போது பிச்சம்மாச் சின்னம்மையிடமிருந்து ஒரு ஈரச் செங்கல் போல வாசனை வந்தது, நன்கு வாடி வதங்கின பூவும் நாருமாகத் தலையிலிருந்து தொங்கியதும் சுப்பையாவுக்கு மறக்கவில்லை.

எந்த ஊர் என்று தெரியவில்லை. அதுவரை ரயிலில் போனார்கள். ரயிலில் இருந்து ஒரு வில் வண்டியில் அடிவாரத்துக்கு. அடிவாரத்தில் ராமையாத் தாத்தா ரச வடையும் சுக்கு வென்னீரும் வாங்கிக் கொடுத்தார். மலை நல்ல ஏத்தம். வர வர நிறையப் பேர் சேர்ந்துகொண்டார்கள். அவன் ஒருத்தன் தான் சின்னப் பையன். எல்லோருடனும் அவனைப் பற்றித் தாத்தா சொன்னார். கூட வந்த ஒருவர், அப்படி அவனை அறிமுகப் படுத்தியதும், உடனடியாக அவரே இட்டுக்கட்டி ஒரு பாட்டைப் பாடிக்கொண்டே இருந்தார். அவனுக்கு ஒன்றும் புரியவில்லை. ஒவ்வொரு தடவையும் சுப்பையா, எப்பையா என்றே அவர் பாட்டு முடிந்தது.

நிறையப் பாறையாக இருந்த இடத்தில் விழுந்த அருவித் தடாகத்தில் அவர்கள் குளித்து அவனையும் குளிப்பாட்டினார்கள். ,மிகவும் குளிர்ந்தும் பளிங்கு மாதிரியும் இருந்தது. தாத்தா அவனை இடுப்பைச் சுற்றி அணைத்துக்கொண்டு தண்ணீருக்குள் முங்கினார். இரண்டு பேரும் மீன்கள் போல நீந்திக்கொண்டு அடிவரை போனது,ம் தண்ணீருக்குள் வெளிச்சமாக இருப்பது போல ஒரு இடம் வந்தது. தாத்தா அவனோடு சரேல் என்று தண்ணீரைக் கிழித்து மேலே எவ்வி. 'எப்படி இருந்தது?' என்றார். ' ஒரே வெளிச்சமா இருந்துது" என்று சொன்னதும், தண்ணீருக்குள் இருந்த எல்லோரும் கையை உயர்த்திக் கும்பிட்டுக்கொண்டார்கள். இவன் கரையேறி நின்றவுடன் ஈரம் உடலில் இருந்து காலில் வழிகையில், வெளிச்சம் தாரை தாரையாக அவனைச் சுற்றி இறங்கிக்கொண்டு இருந்தது.

58 } மதுரம்

இரவில் எல்லோரும் தீயைச் சுற்றி உட்கார்ந்து கொண்டு சாமி கும்பிட்டார்கள். சுரு சுரு என்று சுள்ளி எரிவதும் வெடிப்பதுமான சத்தம் மட்டுமே கேட்டது. இவர்களுக்கு நடுவே எரிந்த தீயின் நிறம் போல சுப்பையா பார்த்ததே இல்லை. வெயிலை யாரோ மேலே இருந்து ஊற்றுகிறார்கள் என்று அவன் அண்ணாந்து பார்த்துக்கொண்டான். அது ஒரு கொடி போல மேலே ஏறிப் படர்ந்துகொண்டே போனது. அவ்வளவு நட்சத்திரங்களையும் அதற்கு முன் பார்த்ததில்லை. இன்னும் அவை எப்படி இருந்தன என்று கேட்டால் அவனால் சொல்ல முடியாது. அவரவர் தலை மேல் ஒரு கிரீடம் சூட்டினது போல இருந்தது என்று வேண்டுமானால் சொல்வான். அந்தச் சமயம் இந்த வார்த்தைகள் எதுவும் யாரிடமும் இல்லை. இவனைப்பற்றிப் பாடினவர் கூட அமைதியாக இருந்தார். அவரிடம் ஒரு சங்கு இருந்தது. வெண்மை இல்லை. இளம் நுங்குத் தோல் போல ஒரு சிவந்த நிறம். எதிரே ஒருவரிடம் சேகண்டி இருந்தது. சங்கும் இருந்தது. அது கைக்கு அடங்காத ஒரு தாமரைப் பூ போல விரிந்திருந்தது. அதைக் கன்னம் உப்ப ஊதிக்கொண்டும் சேகண்டியில் தொங்கிய கோலாட்டால் அடித்துக்கொண்டும் இருந்தார். உலர்த்தி இடித்த மஞ்சள் வாடை அடிக்கிற குங்குமமும் காட்டரளி வாடையும் உச்சமான ஒரு நேரத்தில் சுப்பையாவுக்கு ராமையாத் தாத்தாவுடன் தண்ணீருக்குள் அமிழ்கையில் உண்டான வெளிச்சம் தெரிந்தது. எல்லோரும் தண்ணீருக்குள் போய்விட்டது எப்படி என்று தெரியவில்லை. ஒரு நீர்த் தாவரம் போல், தீ தண்ணீருக்குள் அலைந்து கொடி வீசியது.

ராமையாத் தாத்தாவும் மலையிலிருந்து இறங்கி வரும் போது, சுப்பையாவுக்குக் குங்கும வாடையும் கூடவே வந்தது. 'குங்கும வாசம் அடிக்கு தாத்தா' என்றதும் தாத்தா சுப்பையாவை இடுப்போடு சேர்த்து அணைத்துக்கொண்டார்.

ஊருக்குள் வரும் போதே தகவல் சொல்லிவிட்டார்கள். பிச்சம்மா சின்னம்மை வீட்டுச் சித்தப்பா செத்துப் போனாராம். யாரோ வன்கொலையாகக் கழுத்தை வெட்டி, செக்கடித் தெருவுக்குப் பின்னால் மேலவாய்க்கால் கரையில் வீசி இருந்தார்களாம். என்ன பகை என்று தெரியவில்லை. பிச்சம்மா சின்னம்மை வீட்டுச் சித்தப்பா புல்லட் வைத்திருப்பார். ரோடு காண்ட்ராக்ட் எடுத்துச் செய்துகொண்டு இருந்தார். குழந்தை இல்லை. அதைப் பற்றி அம்மா வருத்தப்படுவதைச் சுப்பையா பார்த்திருக்கிறான்.

சின்னம்மையோ சித்தப்பாவோ அது பற்றி எந்த முகக் குறிப்பையும் காட்டவில்லை. ரெண்டு பேரும் சந்தோஷமாக இருக்கிறார்கள். அப்புறம் என்ன? என்று ராமையாத் தாத்தா அம்மாவைச் சமாதானப்படுத்துவது உண்டு.

பிச்சம்மாச் சின்னம்மை இப்போதும் கூடச் சந்தோஷமாக இருப்பது போல இருந்தது. இந்தத் தவிடைக் குத்துக் குத்தாக அள்ளி, சுப்பையா வென்னீர் அறையிலிருந்து எடுத்துக்கொண்டு வந்த காதுவைத்த சின்ன அண்டாவில் போடும் சமயமும் அப்படித்தான் இருக்கிறாள். அவளே தான் சிரித்துக்கொண்டே சொன்னாள்.

'சரசத்தைக்கு இன்னும் நான் வேண்டாதவளாத்தான் போயிட்டேன். மக கல்யாணத்துக்கு எனக்கு அழைப்புக் கிடையாது. உன் சித்தப்பா வல்லா வல்லடியாப் போயாச்சு, அருமாந்த எங்க அம்மை போயாச்சு. எங்க அப்பாவும் போய்ச் சேர்ந்தாச்சு. வயலைக் கிரயம் பண்ணிப் பிரிச்சுக் கொடுத்தாச்சு. நான் கடைசி வரைக்கும் உக்காந்திருக்கட்டும்னு கொடுத்த நடுவீடும் பாம்பு அடஞ்சு கிடக்கு. நான் இப்படி ஈத்துப் பசுவைப் பத்திக்கிட்டு நார்ப் பெட்டியும் தலையுமா எங்க வாத்தியார் அத்தான் வீட்டில, இன்னும் பட்டாசலுக்குள்ள நுழையாமல் வாசலிலேயே நிக்கேன்.'

சுப்பையா, பிச்சம்மா சின்னம்மை முகத்தையே பார்த்தான். பிச்சம்மாச் சின்னம்மை முகம் ஒரு தாமிரத் தகடு போல இருந்தது. பழுக்கக் காய்ச்சியதும் செப்பு நிறத்துக்கு மேல் புகைக் கருப்பும் நீலமும் பாய்ந்து அது படம் எடுத்துத் திரும்பியது. அவளை வீட்டுக்குள் வரச் சொல்லவில்லை என்பதும் அவளும் வீட்டுக்குள் வராமல் வாசலிலே நிற்கிறாள் என்பதுமாக, 'உள்ளே வந்து ஒரு வாய் காப்பி குடிச்ச பிறகு மத்த வேலையை என்ன ஏதுண்ணு பாரேன். அம்மா டிக்காஷன் எல்லாம் ஊத்திவச்சுட்டு, நீ வந்தாலும் வருவேண்ணு சொல்லீட்டுதான் போயிருக்கா' என்று சொல்லும் போது அவள் குழாயில் தண்ணீர் பிடித்து தவிடைக் கலக்கிக்கொண்டு இருந்தாள். பசு அதற்கு முன்னாலேயே தண்ணீரில் முகத்தை வைக்கக் குனிந்தது. கழுத்தை இடம் வலமாகக் குலுக்கி அசைத்துக்கொண்டது.

'வார வழியில ஒரு பெட்டிக்கடைக்கு முன்னால நாலு அஞ்சு கிடந்தது. எடுத்துட்டு வந்தேன்.இந்த மூதி பிரியமாத் திங்கும்' என்று மடியில் இருந்து வாழைப் பழத் தோல்களை எடுத்துத்

தண்ணீருக்குள் போட்டாள். கருத்துத் தொய்ந்த ஒரு தொலியின் காம்பைப் பிடித்து பசுவின் வாயில் கொடுத்தாள். சின்னம்மையின் மேல் சேலை விலகியிருந்தது.

சித்தப்பா இறந்த பிறகும் அவள் கலர் சேலைதான் கட்டி யிருந்தாள். பொட்டு வைத்துக் கொண்டாள். பூ வைத்துப் பார்த்தது இல்லை. சுப்பையாவின் அப்பாவுக்குப் பிச்சம்மாச் சின்னம்மை பூ வைத்திருக்கிற விதம் பிடிக்கும். 'அந்தப் பிள்ளையப் பாரு. தலை கொள்ளாம பூ எப்படி வச்சிருக்கு' என்று அம்மாவிடம் சொல்வார். மதுரைப் பக்கம் போயிட்டு வந்த சமயம் அப்பா ஒரு பந்து அளவுக்கு மல்லிகைப் பூ வாங்கிக் கொண்டுவந்து, 'அந்தப் பிள்ளைக்குப் பிடிக்குமேண்ணு தோணுச்சு' என்று சொல்லி அம்மாவிடம் கொடுத்தார். 'ஏன், அடுத்த பஸ் பிடிச்சுப் போய் நேரே கொழுந்தியா கையில கொடுத்துட்டு வர வேண்டியது தானே' என்று அம்மா சொன்னது சந்தோஷத்திலா கோபத்திலா என்று சுப்பையாவுக்கு அந்த வயதில் தெரியவில்லை. அம்மா குணத்திற்கு அதிலிருந்து ஒரு இணுக்குப் பூவைக் கூடத் தன் தலையில் வைத்திருக்கமாட்டாள் என்று இப்போது தோன்றுகிறது.

சித்தப்பாவுக்கு அப்படி ஆன பிறகு, பிச்சம்மாச் சின்னம்மை ராமையாத் தாத்தா வீட்டோடு வந்துவிட்டாள். 'ஆணும் பொண்ணுமா இருக்க வீடு, அடுப்படி, ரெண்டாங்கட்டு, மச்சு குச்சுண்ணு புழங்கிக்கிட்டே இருப்பாங்க. தெரிஞ்சும் தெரியாமலும் ரெண்டு கண்ணுல படும். காதில ராத்திரிப் பகலில ஏதாவது கூடுதல் குறைவா கேக்கும். இம்சைப் பட்டுக்கிட்டே இது என்னத்துக்கு அங்கே இருக்கணும். இங்கே வந்திரட்டும். மாடு கண்ணு, நார்த்தை, வாழைண்ணு பார்த்துக்கிட்டு நம்ம கூடவே இருக்கட்டும்.' என்று தாத்தாவே ஒரு ஏற்பாடு செய்திருக்கவேண்டும்.

பிச்சம்மாச் சின்னம்மை அப்படி ராமையாத் தாத்தா வீட்டோடு வந்த வருஷம் அப்படி ஒரு மழை பெய்து குளம் பெருகியது. ஒரு பூவுக்கு இரண்டு பூ விளைந்தது. தொடுத்து மூன்று வருஷம் விவசாயம் போடு போடென்று போட்டது. தாத்தா மேற்கொண்டு ஒரு ஜோடி உழவு மாடும், ஒரு பசுவும் வாங்கித் தொழுவில் கட்டினார். அந்தச் சமயத்தில் தான் சுப்பையாவுடைய அப்பா ஹெட்மாஸ்டர் ஆனது. ராமையாத் தாத்தா அப்பாவுக்கு ஒரு மோதிரம் பண்ணிக் கொண்டுவந்து போட்டார். தான் போட்டுவிடுவதற்குக் கூச்சப்பட்டு, விளக்கு மாடத்திற்கு முன்னால் நின்று அம்மாவையே போட்டுவிடச் சொன்னார். மற்ற விரல்களைப் பிடித்துக்கொண்டு, நீட்டமாக இருந்த அப்பாவின் மோதிரவிரலில் அம்மா போடுவதைத் தாத்தாவுடன்

வந்திருந்த பிச்சம்மாச் சின்னம்மை பார்த்துக்கொண்டு நின்ற போது எப்படி இருந்திருக்கும்?

சின்னம்மை என்ன செய்கிறாள் என்று சுப்பையா பார்த்தான். ஈர்க்கு மார் இருக்கும் இடம் அவளுக்கு எப்படித் தெரிந்தது என்று தெரியவில்லை. அவளுடைய அக்கா எங்கெங்கு எப்படி நடமாடுவாள், எந்த நேரத்தில் என்ன பேசுவாள், எதை எங்கே வைப்பாள், எங்கிருந்து எதை எடுப்பாள் என்று சின்னம்மைக்குத் தெரியும் போல. எப்போதும் சுப்பையாவின் அப்பாவை அத்தான், அத்தான் என்று தான் பேசுவாள். அடுத்த ஆட்களிடம் பேசும் போது கூட, 'எங்க வாத்தியார் அத்தான்' என்றுதான் சொல்வாள். சித்தப்பா போனதும் ஒரு தடவை கூட அப்படிச் சொல்வதை பிச்சம்மா சின்னம்மை அவளாகவே நிறுத்திவிட்டாள். 'இம்புட்டாவது கூரு இருந்துதே' என்று ஒருவேளை அவனுடைய அம்மா கட்டிலுக்கு மேல் ஆணியில் தொங்கிய விசிறியை அப்பாவிடம் எடுத்துக் கொடுத்தபடியே சொல்லியிருக்கலாம்.

சின்னம்மை பன்னீர் மரத்துக்குக் கீழ் துப்புரவாகப் பெருக்கிக் கொண்டே இருந்தாள். ' இது எங்கிட்டே தான் இருக்குண்ணு எல்லாத்தையும் உச்சியில இருந்து உள்ளங்கால் வரைக்கும் ஒண்ணுவிடாம உதுத்துக்கிட்டே இருக்கும். தூத்து அள்ளிப் போட்டு முடியாது. இத்தனைக்கும் ஒரு காய் கிடையாது, கனி கிடையாது. ஒரு பட்சி பறவை வந்து உக்காந்து ஒரு பழத்தைக் கடிச்சுது, ஒரு அணில் குஞ்சு கொட்டையைத் திண்ணுதுன்னு எதுவும் கிடையாது ஆனால் பவுசுக்குக் குறைச்சல் இல்லை'

தரையில் ஈர்க்கு வரிவாளம் கூட இல்லை. மெழுகிப்போட்டது போலத் தரை புதிதாக இருந்தது. வாரியல் பரசின மண் வாசனை வந்தது. ஒதுக்கித் தள்ளிய இடத்தில் ஒரு நைலான் பித்தான் மழுங்கலாக மினுங்கியது. அதை எடுத்து சின்னம்மை காம்பவுண்டுச் சுவரில் வைத்தாள். அப்பாவின் முழுக்கைச் சட்டை நன்றாக இருப்பதாகச் சின்னம்மை சொல்லியிருக்கிறாள். அவள் வீட்டுச் சித்தப்பா பட்டையாக மேல் கை வரைக்கும் மடித்துவிட்டு இருப்பார். புல்லட் ஓட்டும் சித்தப்பாவைப் பார்க்க சுப்பையாவுக்குப் பிடித்துத்தான் இருந்தது. ஒவ்வொருத்தருக்கு ஒவ்வொன்று பிடிக்கும் இன்னொன்று பிடிக்காது போல.

இப்படித்தான் சடசடவென்று சுத்தமாக வயல் வரப்பு எல்லாம் ஊரில் ஒவ்வொன்றாகக் கையைவிட்டுப் போய்விட்டது. ராமையாத் தாத்தா வீட்டு ஆச்சிக்கு ஆஸ்பத்திரிச் செலவு அப்படி. ஒன்றுக்கு

இரண்டு ஆஸ்பத்திரி மதுரை வரை கொண்டுபோய்க் காட்டிப் பார்த்தும் இந்த வியாதி வந்தால் ஒன்றும் செய்ய முடியாது என்று சொல்லிவிட்டார்கள். ஆச்சி பிழைக்கவில்லை.

மழை தண்ணி இல்லை. பருத்தி மிளகு செடி எல்லாம் காலை வாரிவிட்டது. கன்னங்கரேர் என்று பிடுங்கிக்கொண்டுவந்து தோட்டத்தில் அடைந்திருந்த பருத்திமாரில் இருந்து இரண்டு சாண் நீளத்திற்கு ஒரு பாம்பு ஊர்ந்து வந்து கல் நடைக்குப் பக்கம் சுருண்டு கிடந்தது, வாசலுக்குத் தண்ணீர் தெளிக்கப் போன பிச்சம்மா சின்னம்மை கண்ணில்தான் பட்டிருக்கிறது. போய்ப் பார்த்துவிட்டு வந்த சுப்பையாவின் அப்பா சொன்னார். எல்லாவற்றிற்கும் மேலாக ராமையாத் தாத்தாவுக்குப் புத்திக்குச் சரியில்லாமல் போனதுதான் பெரிய துயரம்.

சுப்பையா, சுப்பையா என்று இவன் பேரைச் சொல்லிப் புலம்புவதாகச் சொல்லி, இவன் ஹாஸ்டலில் இருந்து வந்திருக்கும் போது, கூட்டிக்கொண்டு போனார்கள். அம்மா பஸ்ஸில் அழுதுகொண்டே வந்தாள். அப்பா அம்மாவின் கையைப் பிடித்துத் தன் கையில் பொத்திக்கொண்டு இருந்தார். அம்மா சுப்பையா தோளில் சாய்ந்திருந்தாள். சுப்பையாவுக்கு என்னவோ போல இருந்தது.

'முருகேசு வந்திருக்கான். நீங்க தேடுனீங்கல்லா. கூட்டிக்கிட்டு வந்திருக்கேன் பாருங்க' என்று ராமையாத் தாத்தாவின் இடது கையை எடுத்து சுப்பையாவின் உச்சந்தலையில் அம்மா வைத்தாள். சுத்தமாக அவருக்கு அவனை அடையாளம் தெரியவில்லை. அவனை இடுப்பைச் சுற்றிக்கொண்டு அந்த அருவித் தடாகத்தில் தாத்தா அமிழ்ந்தது போல, சுப்பையா தன்னுடைய தாத்தாவின் இடுப்பில் கைபோட்டு அணைத்து அந்த ஆழத்துக்குள் அமிழ்ந்து விட வேண்டும் என்று நினைத்தான். தண்ணீரின் அடியில் தெரிந்த அந்தப் பிரகாசத்தைத் தான் அவருக்குக் காட்டிவிடமுடியாதா என்று நினைத்தான். அந்தக் காட்டமான குங்கும வாடையை இப்போதும் அவனால் உணர முடிந்தது. சுப்பையா ரொம்ப நேரம் தாத்தா பக்கத்தில் இருந்தான்.

பிச்சம்மா சின்னம்மை அப்பாவிடமும் அம்மாவிடமும் கணக்கு வழக்குகளை ஒப்படைத்துக்கொண்டு இருந்தாள். பட்டா, பத்திரம் என்று மூன்று பேரும் பேசிக்கொண்டு இருந்தார்கள். பெரியவீட்டை வாடகைக்கு விட்டு விடலாமா? பாண்டியன் கிராம பாங்க் திறக்கக் கேட்கிறார்கள் என்று சின்னம்மை கேட்டுக் கொண்டு இருந்தாள்.

நார்த்தை மரம் பட்டுப் போயிருந்தது. நின்றதில் இதுதான் கடைசி வாழையாக இருக்க வேண்டும். குலை தள்ளியிருந்தது. நாலு சீப்புக் காய் கூட இருக்காது. அதுவும் விரல் தண்டி காய்கள். பாம்புச் சட்டை மாதிரி வாழை மட்டை உரிந்து தொங்குவதைத் தாத்தா பக்கத்தில் இருந்து சுப்பையா பார்த்தபடி இருந்தான்.

அன்றைக்கு இரவு எல்லோரும் ராமையாத் தாத்தா வீட்டில் தான் தங்கினார்கள். பிச்சம்மாச் சின்னம்மை, வீட்டில் இருந்த கேப்பை மாவில் உப்புமா கிண்டி முடித்து வரிவரியாய்க் கீறல் விழுந்த முற்றல் வாழையிலையை நறுக்கிக் கழுவினாள். அவள் முகத்தையும் செம்பில் இருந்த மிச்சத் தண்ணீரில் அலம்பிக் கொண்டாள். பிச்சம்மாச் சின்னம்மை முகம் பளீர் என்று துலங்கியது. சுப்பையாவின் அம்மா தூரத்தில் இருந்து எழுந்துவந்தவள், 'இலையைக் கொடு. ரெண்டு பேருக்கும் நான் சாப்பாடு வச்சுக்கிடுதேன்' என்று இலைத் தடுக்கை வாங்கிக் கொண்டாள். 'நீ வேணும்னா அப்பாவுக்குத் துணைக்குப் படுத்துக்கிடு. உனக்குத்தான் அவரு எப்ப முழிப்பாரு. என்ன கேப்பாருண்ணு தெரியும்' என்று அம்மா சொல்லும் போது பிச்சம்மா சின்னம்மை ஒன்றும் சொல்லவில்லை. சரி என்றும் சொல்லவில்லை.

சுப்பையா காப்பி போடவில்லை. சின்னம்மைக்கு டீ போட்டுக்கொடுக்க வேண்டும் என்று தோன்றிற்று. அவனுக்கும் அவளுக்குமாகப் போட்டுக்கொண்டு வந்தான். சின்னம்மையை வந்து உட்காரச் சொன்னான். பசுவை நின்ற இடத்தில் இருந்தே சத்தம் கொடுத்து வரச் சொன்னாள். அது அங்கேயெ நின்றது. 'உனக்கு இன்னைக்கு என்ன வந்துது?' என்று அதன் பக்கம் போய்ப் பிடித்துக்கொண்டு வந்து பன்னீர் மரத்து மூட்டில் கட்டினாள். அது தரையை முகர்ந்து பார்த்தது. புதிதாக உதிர்ந்திருந்த ஏழெட்டுப் பூவை நாக்கைச் சுழட்டிச் சவைத்தது. சாணியும் மூத்திரமுமாகப் போய் அப்படியே நின்றது, 'சரியாப் போச்சு. இனிமே படுத்துக்கிடும்' என்று சிரித்துக்கொண்டு பிச்சம்மாச் சின்னம்மை வந்து அவன் பக்கத்தில் உட்கார்ந்தாள். 'எங்க அப்பாவுக்குப் புடிச்ச பேரம் லா' என்று கையை எடுத்து வைத்துக்கொண்டாள்.

சுப்பையா டீயை நீட்டினான். தம்ளர் சூட்டை உள்ளங்கையில் உருட்டிக் கொண்டாள். இரண்டு நெற்றிப் பொருத்திலும் வைத்தாள். அண்ணாந்து ஒரு மடக்குக் குடித்தவள் இரண்டாவது ஒரு சிறிய உறிஞ்சலை உதட்டால் இட்டு 'நீயா அய்யா போட்டே? குடிக்கதுக்கு நல்லா இருக்கு' என்றாள். இன்னும் கொஞ்சம் சுப்பையா ஊற்ற, அதையும் குடித்துவிட்டு, 'உங்க அம்மை இருந்தா

உடனே எல்லா ஏனத்தையும் கழுவிக் கவுத்தணும்னு பறப்பா. உன்னை மாதிரி வாங்கிப் பக்கத்தில வைக்கமாட்டா தெரியுமா?' என்று சிரித்தாள்.

பசு முன் கால் மடக்கி, வயிறு அமுங்காமல் மெதுவாகப் பின்கால்களை மடக்கிப் படுத்தது. வசம் பார்த்துக் பின்கால்களை நீட்டிக்கொண்டது. மூச்சை நீளமாக விட்டது. ஈ விரட்டுவது போலக் கொம்பை அலைத்தது.

'இவ்வளவு தூரம் நடந்தா வாரே, சின்னம்மை? யாரையாவது பத்திக்கிட்டு வரச் சொல்லீட்டு நீ பஸ்சில வரவேண்டியது தானே?' இதைச் சொன்ன சுப்பையாவின் கையை மறுபடியும் அவள் எடுத்து வைத்துக்கொண்டாள்.

'மாட்டைப் பத்திக்கிட்டு வாரது சரி. என்னை யாரு பத்திக்கிட்டு வருவா? நான் தானே வரணும்' என்ற சின்னம்மையின் முகம் நொறுங்கிச் சில் பெயர்ந்தது. அவள் முகத்தை அவனிடமிருந்து திருப்பி பசுவிடம் போனாள். அது முன் கால்களை ஊன்றி மிகப்பத்திரமாக எழுந்து நின்றது. 'உனக்கு என்ன செய்யுது இன்னைக்கு?' என்று பின்னால் போய் வாலைத் தூக்கிப் பார்த்தாள். அரை திறந்து ஈற்று முடை அடிக்க ஆரம்பித்திருந்தது. கொஞ்ச நேரத்திற்கு முந்திப் போட்ட சாணியின் அளவு குறைந்திருந்தது. வால் தூக்கின வாக்கில் அப்படியே நின்றது.

'இன்னும் பத்து நாள் கணக்கு இருக்குண்ணுல்லா நினைச்சேன்.' என்று பசுவின் அரைப்பக்கம் நின்று கும்பிட்டாள். அது நின்ற தரை மண்ணை எடுத்து நெற்றியில் பூசிப் பசுவின் நெற்றி, முதுகுச் சுழி, பிட்டி, அடிவயிறு மடு எல்லாம் அந்த விரலால் தடவிக் கொடுத்தாள். மாட்டின் கழுத்துக் கயிற்றை அவிழ்த்துத் தளர்த்தி விட்டாள். தன் கைகளை முகர்ந்து ஆழமாக இழுத்து சுப்பையா பக்கம் வந்து உட்கார்ந்தாள்.

'மாட்டைக் கொண்டாந்து இங்கே கட்டிவிட்டு, வீட்டுச் சாவியையும் கொடுத்துவிட்டு நாலு நாள் சோறும் தண்ணியுமா உங்க கூட இருந்துட்டு அழுத கண்ணு சிரிச்ச வாயி எல்லாத்தையும் இங்கேயே விட்டுட்டு, அப்படியே திங்கள் பயணம் திரும்பாப் பயணம்னு திருணாமலைக்குப் போய் உக்கார்ந்திரலாம்னு நினைச்சேன். இந்த மருத்துவச்சி வேலை ஒண்ணு பாக்கி இருக்கு. அதையும் பார்த்துட்டு வாண்ணு உத்தரவு வருது. மாட்டேன்னு சொல்ல முடியாதுல்லா'

வண்ணதாசன் } 65

பிச்சம்மா சின்னம்மை எல்லாவற்றையும் அப்படியே ஏற்றுக் கொண்டதைப் போல ஒரு நிறைவான முகத்தை இப்போது அடைந்திருந்தாள். வரும்போது இருந்த முகத்தைவிட இந்த முகத்தில் ஒரு ஈரப்பசை வந்திருந்தது.

‘என்ன சொல்லுதா, இந்தக் கோட்டிக்காரிண்ணு உனக்கு விளங்கலை இல்லையா சாமி’ என்று அவள் அவனிடம் விபரம் சொன்னாள். ‘பசு கண்ணுக்குட்டி போடப் போகுது. பத்து நாள் ஆகும். அம்மாசி பாட்டிமி வரைக்கும் செல்லும்னு நினைச்சேன். இதுக்கெல்லாம் கணக்கு உண்டா? அப்படியே இருந்தாலும் அந்தக் கணக்கே வேறே. அநேகமா ராத்திரிக்குள்ளே ஈணீரும்’ என்று சொன்னாள். சுப்பையாவுக்குப் பதற்றமாக இருந்தது. ‘யாரையாவது மாட்டாஸ்பத்திரியிலிருந்து கூப்பிடணுமா?’ என்று கேட்டான்.

‘நீயிருக்கே. நான் இருக்கேன். அப்புறம் யாரு வேணும் இதுக்கு மேலெ. நீ இருக்கிறது எங்க அய்யா இருக்கது மாதிரில்லா’ பிச்சம்மாச் சின்னம்மை சொல்லிவிட்டு, அவனிடம் ஒரு ஸ்டூல், ஒரு டார்ச் லைட் இரண்டையும் எடுத்துவரச் சொன்னாள். வேறு ஒன்றும் வேண்டாமாம். வீட்டில் நல்ல பச்சரியாக இரண்டுபக்காவும் மண்டைவெல்லமும் இருக்கிறதா என்று பார்க்க வேண்டுமாம். செப்புப்பானையில் அவளே வென்னீர் போட்டுக்கொள்வாளாம். மஞ்சட் பொடி, வேப்பிலை உருவிப்போட்டால் குளிப்பாட்டச் சரியாகப் போகுமாம். முதலில் அவன் போட்டுக்கொடுத்த டீ மாதிரி இன்னொரு வேளை ஒரு டம்ளருக்கு இரண்டு டம்ளர் வேண்டுமானாலும் அப்புறம் குடிப்பாளாம். பால் இல்லாவிட்டாலும் பரவாயில்லையாம்.

பிச்சம்மாச் சின்னம்மை மிகவும் அமைதியாக அமர்ந்திருந்தாள். அவள் ஆயுளில் இதுவரை அவள் சேகரித்துவந்த அமைதி முழுவதையும் மொத்தமாகத் திரட்டிவிட்டது போல உறைந்திருந்தாள். சுப்பையாவுக்கு பச்சரிசி மண்டை வெல்லம் இருக்குமா இல்லையா என்று சொல்ல முடியவில்லை. கடை அடைப்பதற்கு முன்பு போய் வாங்கிவந்து விடுகிறேன் என்று சொன்னான். ‘வீடான வீட்டில் அக்கா, பச்சரிசியும் வெல்லமும் இல்லாமல் இருக்கமாட்டாள். நான் வந்து பார்த்து எடுத்துக்கொள்கிறேன்’ என்று சொல்லிவிட்டு எழுந்திருந்தாள். அந்தப் பெரிய நார்ப்பெட்டியைத் தூக்கித் தலையில் வை என்று சுப்பையாவைக் கேட்டுக்கொண்டாள். சுப்பையா தானே வீட்டுக்குள் தூக்கி வந்துவிடுவதாகச் சொன்னான்.

‘சொன்னதைக் கேள் அய்யா. இதைத் தலையில் தூக்கி வச்சுக்கிட்டு தான் நான் வீட்டுக்குள் வரணும். நேரே விளக்கு மாடத்துக்கு முன்னால் தான் இறக்கி வைக்கணும். அதுவும் நானே தான் இறக்கி வைக்கணும். அப்படி ஒரு சாங்கியம் அதுக்கு’ என்றாள். சுப்பையா நார்ப்பெட்டியைத் தூக்கிப் பிச்சம்மாச் சின்னம்மை தலையில் இப்போது வைக்கும் போதும் அந்தச் செங்கல் வாசம் வந்தது. ஈரச் செங்கல் இல்லை. சூளைச் செங்கல். இப்போதுதான் பிரித்து வெதுவெது என்று புகைகிற செங்கல்.

ஏற்கனவே வந்திருக்கிற தடத்தில் நேரே விளக்குக்கு முன்னால் போய் நின்றாள். அவள் தான் இந்த வீட்டில் தினசரி புழங்குகிறது போல கோலப் பொடியை எடுத்து நேரே ஒன்று, தலைகீழாக ஒன்று முக்கோணம் வரைந்து நட்சத்திரமாக்கினாள். பஞ்சு எடுத்துக் கையில் உருட்டிப் புதுத் திரி போட்டாள். மூக்கு வாளியிலிருந்து எண்ணெயை வார்த்தாள். கூடன் தட்டு, பத்தி, வெங்கல மணி எல்லாவற்றையும் பக்கத்தில் எடுத்துவைத்துக்கொண்டு ‘ஒரு வெங்கலத் தம்ளரில் தண்ணீர் பிடித்துவரச் சொன்னாள். குழாய்த் தண்ணீர் வேண்டாம். பின்னால் இருக்கிற அடி பைப்பில் தண்ணீர் வருகிறதல்லவா, அதிலிருந்து என்றாள்.

நார்ப்பெட்டிக்குக் குங்குமம் அப்பினாள். அதில் இருக்கிறவற்றை ஒவ்வொன்றாய் எடுத்து விளக்கு முன்னால் வைக்க ஆரம்பித்தாள். முதலில் ஒரு வேட்டியையும் சட்டையும். அவளே சொன்னாள். ‘எதுவும் கோடி வேட்டி சட்டை இல்லை. எங்க அய்யாவும் அம்மையும் உடுத்தினது’. அடுத்து ஒரு சேலையை வைத்தாள். கும்பிட்டாள். ஒன்றை எடுத்து வைத்த பின் அடுத்ததை எடுத்துவைப்பதற்கான இடைவெளி கூடிக்கொண்டே போயிற்று. அடுத்து ஒரு பெரிய சாவியை எடுத்துவைத்தாள் ‘எந்த நடுவீடுண்ணு தெரியாது. எந்தத் தலைவாசல் சாவிண்ணு தெரியாது. அப்பனுக்கு அப்பன், பாட்டனுக்கு முப்பாட்டன் முதல்ல வீடுகட்டிப் பூட்டித் திறந்து வழி வழியா வந்த வீட்டுச்சாவி’ என்று படுக்கை வசத்தில் வைத்தாள். அகன்ற வளையமும். கழுத்துக்குக் கீழ் வரிவரியாக மூன்று மோதிர வளையமும் நீண்ட உறுதியான சாவியின் கீழ் இருந்த நாக்குமாக, ஒரு திடமான ஆணோ பெண்ணோ படுத்திருப்பது போல இருந்தது.

பிச்சம்மாச் சின்னம்மை சுப்பையாவிடம் ‘கண்ணை மூடிக்கோ அய்யா. எல்லாத்தையும் நினைச்சுக்கோ. அல்லது ஒண்ணுமே நினைக்காதே. உனக்கு எப்படி முடியுதோ அப்படி’ என்று சொன்னாள். சுப்பையாவுக்கு தொடைச் சதையில் ஏதோ

குதித்து மேலும் கீழுமாக அதிர்ந்தது. சின்னம்மை குரல் பாதிக்குப் பாதி கரகரத்து ஒரு ஆணினுடையதைப் போல ஆகியிருந்தது. அவள் ‘ஏய்ய்ய்’ என்று ஒரு சத்தம் போட்டாள். குனிந்து நார்ப்பெட்டியில் முடிந்து வைத்திருந்த ஒரு மஞ்சள் துணியைப் பிரித்துவைத்தாள். செம்மண்ணா கரிசல்மண்ணா என்று தெரியாமல் மினுங்கிக்கொண்டு புரண்ட அதை விளக்குக்கு முன்னால் அந்த மஞ்சள் துணியிலேயே பரப்பினாள். ஏர் உழுவது போல விரலால் இழுத்துக்கொண்டே போனாள்.

‘இது என்ன தெரியுதா?’ என்று சுப்பையாவிடம் கேட்டாள். சுப்பையா கும்பிட்ட கை விலகாமல் அப்படியே நின்றான். ‘எங்க அய்யா ஊரு பிடிமண்’ என்று கிள்ளி வாயில் போட்டாள். வெண்கலத் தம்ளர் தண்ணீரால் மூன்றுமுறை சுற்றி நீர் விளாவி, சூடன் பொருத்திக் காட்டினாள். சுப்பையா கையில் மணியைக் கொடுத்து அடிக்கச் சொன்னாள். விழுந்து கும்பிட்டாள். ‘இது இப்படியே இருக்கட்டும். உங்க அம்மை நாளைக்கு வந்தாலும் சரி. நாளாண்ணைக்கு வந்தாலும் சரி. இப்படியே இருக்கட்டும்’ என்றாள்.

வெளியே மாடு கூப்பிடுகிற சத்தம் கேட்டது. ’கூப்பிடுதோ?’ என்று சுப்பையாவிடம் கேட்டாள். பிச்சம்மாச் சின்னம்மை மூக்கைச் சுருக்கி வாசம் பிடித்தாள். ‘ஈணிட்டுது போல’ என்று வாசலுக்கு ஓடினாள். சுப்பையா பின்னால் போனான். சுப்பையாவுக்கு இப்போது அந்த வாசம் பிடிபட்டது. அது அவனுக்குப் பிடித்திருந்தது.

பசுவின் பின்கால் பக்கம் பனிக்குடம் உடைந்து பெருகின ஈரத்தில் செவலை நிறத்தில் கன்றுக்குட்டி படுத்துக் கிடந்தது. எழுந்து நிற்கப் பார்ப்பதும் சரிவதுமாக இருந்தது. பசு அரையிலிருந்து இன்னும் இளங்கொடி விழவில்லை. ஒரு பொதி போலத் தொங்கிக் கொண்டு இருந்தது. பிச்சம்மாச் சின்னம்மை சுப்பையாவைக் கையைப் பிடித்து இழுத்துக்கொண்டு போனாள். பசு பூஸ் என்று சீறியது. பிச்சம்மாச் சின்னம்மை கன்றுக்குட்டியை இழுத்து அதன் மேல்கால் எல்லாம் வழித்துவிட்டாள். வாயை, நாசித் துளைகளை விரல் கொடுத்துவழித்துச் சுத்தம் பண்ணினாள். மிருதுவாக இருந்த நான்கு கால் குளம்புகளையும் கிள்ளினாள். பெருவிரலை வாய்க்குள் கொடுத்துச் சப்ப வைத்தாள்.

‘நல்ல சூட்டிக்கம்.’ என்று அவளோடு அணைத்துக்கொண்டாள். சுப்பையாவைப் பார்த்து, ‘மந்தையோடு மந்தையா தானாகக் காட்டில

பயிரானது என்றாள். முன் பக்கமாகத் தள்ளி அம்மைக்காரியிடம் கொண்டு போனாள். கழுத்துக் கயிற்றை அத்துவிடுவது போலத் திரும்பி அது நக்க ஆரம்பித்தது.

சுப்பையா தற்செயலாகத் திரும்பிப் பார்த்தான். சின்னம்மை இடுப்பில் கொண்டுவந்த சின்ன நார்ப்பெட்டி மாத்திரம் அவள் இறக்கிவைத்த இடத்தில் அப்படியே இருந்தது.

அதன் நடுவில் யாரோ விளக்குப் பொருத்தி வைத்தமாதிரி ஒரு வெளிச்சம் பிரகாசமாகிக்கொண்டே போகிறதாக அவன் நினைத்துக்கொண்டான்.

பிச்சம்மாச் சின்னம்மை திருணாமலை என்று சொல்வது போல இருந்தது.

நம் நற்றிணை.இதழ்.4.

மதுரம்

‘நிறுத்தட்டும், நிறுத்தட்டும். இந்த வீடுதான்’ என்று பின்னால் இருந்துகொண்டே பழநியப்பன் சத்தம் கொடுத்தார். பக்கவாட்டில் திரும்பி உட்கார்ந்திருந்தவர் கல்வெட்டாங்குழி தாண்டிவிட்டதைக் கவனிக்கவில்லை. ஆம்பிளைப் பையன் என்றால் முதுகைத் தட்டிக் கூப்பிட்டிருப்பார். அதற்கும் வழியில்லை. சைலஜா என்கிற பெயரைச் சொல்லிக் கூப்பிட உடனே வாய் வரவில்லை அவருக்கு. என்னமோ மாதிரி இருந்தது.

‘வண்டியை நிறுத்தின பிறகு இறங்குங்க அங்கிள்’ சைலஜா உடனடியாக நிறுத்திவிட்டாள் என்றாலும், எந்தக் குலுக்கலும் இல்லாமல் பிரேக் பிடித்து ஏற்கனவே இந்த வீட்டின் அடையாளம் தெரிந்தது போல் வண்டியின் இயக்கத்தைக் குறைத்துவிட அவளுக்கு முடிந்தது. ‘அங்கிள், ரயில் போகிற சத்தம் கேட்டதே. பக்கத்திலே ஸ்டேஷன் இருக்குதா? என்றாள்.

பழநியப்பனுக்கும் ரயில் சத்தம் வரும்போது காதில் விழுந்திருந்தது. சொல்லப் போனால் ரயில் சத்தத்தில் தான் பெந்தேகொஸ்தே சர்ச்சிற்கு அப்புறம் அவர் எதையுமே கவனிக்கவே இல்லை.

‘பக்கம் எல்லாம் இல்லை. அது எங்கேயோ போலீஸ் லைன், ஹவுசிங் போர்ட் எல்லாத்துக்கும் அந்தப் புறம் தண்டவாளம் இருக்கு. என்னமோ புறவாசலில் ஓடுத மாதிரி சத்தம் கேக்கும். திருச்செந்தூர் பாஸஞ்சர்’ இப்போதும் பெயர் எதையும் சொல்லாமல் மொட்டையாகவே அவளுடன் பேசினார்.

‘தூரத்தில எங்கேயோ ஓடுற ட்ரைன் சத்தம் மட்டும் எப்படி எல்லோருக்கும் பிடிச்சா மாதிரி இருக்கு அங்கிள்?’ சைலஜா அவர் இறங்கும் வரை காத்திருந்து வண்டியின் சைடு ஸ்டாண்டைப் போட்டாள். என்ன தோன்றிற்றோ அதை அகற்றி நடுக்கால்களில் நிறுத்தினாள். ‘குட்’ என்று அதன் சமநிலையைப் பாராட்டினாள்.

அவருக்கு, ‘ரயில் போற சத்தம் எனக்கும் பிடிக்கும்’ என்று சொல்லத் தோன்றியது. ஆனால் சொல்லவில்லை.

பழனியப்பன் கையில் இருந்தபெரிய பையைக் கீழே வைத்தார். அதில் துவைக்க வேண்டிய துணிகள் இருந்தன. வீட்டுத் துணிகளுக்கு ஒரு வாசனை வருவது போல, அதில் ஆஸ்பத்திரி வாசனை அடிக்கத்தானே செய்கிறது. வேறு ஒரு பைக்குள் இருந்து வீட்டுச் சாவியைத் தேடிஎடுத்துக்கொண்டு இருந்தார். ‘நான் வேணா ஓப்பன் பண்றேன் அங்கிள்’ என்று கையை நீட்டினாள். ‘இல்லை. இருக்கட்டும்’ என்று அவர் சிரித்துக்கொண்டார். நான்கு சாவிகள் உள்ள அந்தக் கொத்தில், மூன்று சாவிகளின் மேல் பச்சை, சிவப்பு, கருப்பு ஸ்டிக்கர்களை தெய்வு ஒட்டிவைத்திருப்பதை அந்தப் பெண்ணிடம் காட்ட அவருக்குக் கூச்சமாக இருந்தது. பழனியப்பனுக்கு ஆஸ்பத்திரிக் கட்டிலில் படுத்திருக்கும் தெய்வானையின் மல்லாந்த தோற்றம், ஒரு பூ போட்ட நீல நைட்டி போட்டுக்கொண்டு, தெரிந்தது.

‘அது என்னய்யா?,கொடியில கிடக்கிற வீட்டுக்காரன் துண்டை உருவிக் குறுக்கே போட்டுக்கிட்டா ஆச்சா? காய்கறிக்கடை, பலசரக்குக் கடை எல்லாத்திலேயும் அப்படியே வந்து, எனக்குத்தான் இருக்குண்ணு காட்டிக்கிட்டு, ஒவ்வொருத்தியும் என்னமாத்தான் நிக்காளுகளோ. சை. பக்கத்தில நிண்ணு பாக்குத எனக்குத்தான் மானமா இருக்கு’ என்று சொல்கிற தெய்வுக்குத் தான் இரண்டு நைட்டி வாங்க வேண்டியது ஆயிற்று.

பழநியப்பனும் அவரையறியாமல் ஸ்டிக்கர் நிறத்தைப் பார்த்துக்கொண்டே தான் சாவிகளைப் புரட்டினார். பச்சை ஸ்டிக்கர் என்றால், வாசல் கேட். கருப்பு அழிக்கதவு, சிவப்பு பெரிய கதவு, ஸ்டிக்கர் ஒட்டாதது புறவாசலுக்கு உரியது. பழநியப்பன் யோசனையில் சாவியை மாற்றிப் போட்டு, மறுபடி சரியான சாவியைக் கொண்டு திறப்பதில் கொஞ்சம் தாமதம் ஆயிற்று. ‘நான் வேணா ஹெல்ப் பண்ணட்டுமா அங்கிள்’ என்று சைலஜா பக்கத்தில் வந்தாள்.

ஒரு பெரிய நிழல் தன் பக்கம் வந்து ஒண்டுவது போல இருந்தது அவருக்கு. சைலாஜாவின் அம்மாவும் உயரம்தான். உயரம் மட்டுமில்லை. சைலஜா என்கிற இவளுடைய பெயரைப் போல, மதுரம் என்கிற பெயரும் பழநியப்பன் இந்தப் பக்கத்தில் கேள்விப்படாத ஒன்றுதான். அவருக்குத் தெரிந்த ஒரே மதுரம் டி.ஏ.மதுரம் மட்டுமே.

'சாவிய மாத்திப் போட்டுட்டேம் போல' அவர் அவளைப் பார்க்காமலே இரும்புக்கதவைத் திறந்தார். 'உள்ளே வாங்க' என்று அவளிடம் சொன்னார். சைலஜா உள்ளே வீசப் பட்டிருந்த தபால்களைக் குனிந்து எடுத்துக்கொண்டு இருந்தாள். ஒரு பத்திரிக்கையும் ஒரு இன்லேண்ட் லெட்டரும் வந்திருந்தன. இன்லேண்ட் லெட்டரில் கடிதம் எழுதுகிறவர்கள் இன்னும் இருக்கிறார்கள் என்பது அவளுக்கு ஆச்சரியமாக இருந்தது. 'கணேஷ் பெரியப்பா அம்மாவுக்கு எழுதியது எல்லாம் அனேகமா இன்லேண்ட் தான். ப்யூட்டிஃபுல் ஹேண்ட் ரைட்டிங். ஒரு அடித்தல் திருத்தல் இருக்காது. க்ரேட்!' அவள் சொன்னது பழநியப்பன் காதில் விழத்தான் செய்தது. சிதம்பரம் கணபதியப்பன் என்கிற பெயரைப் பொதுவாக சி.ஜி என்று சொல்வார்கள். கணேஷ் என்று சொல்லமுடியும் என்பது ரொம்பப் புதியதாக இருந்தது.

அவரிடம் நீட்டியபடி நின்ற கைகளை அவர் பக்கவாட்டில் பார்த்தார். மதுரம் கைகளை நீட்டுவது போலவே இருந்தது. அப்பா இறந்து போவதற்கு முதல் வாரம் அப்பாவைப் பார்க்கத் திடீரென்று மதுரம் ஒரு ஆட்டோவில் வந்திருந்தார். அப்பாவுக்கு இந்த வீட்டு விலாசத்திற்குக் கடிதங்கள் வராமல் இல்லை. அப்பா ஒரு சின்ன டயரியை வைத்துக்கொண்டு இங்கே இருக்கிற தொலைபேசியில் அவரே டயல் செய்து பேசுவது உண்டு. ஒரு குறிப்பிட்ட நேரத்தில் அவருக்கு ஃபோன் வரும் என்று எதிர்பார்ப்பு இருந்தால், அதற்கு முன்பே நாற்காலியில் ஏதாவது வாசித்துக்கொண்டு இருப்பது போல, உட்கார்ந்திருப்பார்.

பழநியப்பனுக்கு ஆச்சரியமாக இருக்கும். தெய்வானை கரெக்டாக அவரிடம் மெதுவாகச் சொல்வாள், 'உங்க அய்யாவுக்கு அல்லது மாமாவுக்கு' இதில் ஏதாவது ஒன்றை அன்றைய அவளது நிலைக்குத் தோதுவாகச் சொல்லி, 'எதோ ஃபோன் வருது போல. அனேகமா அவரு ஃப்ரண்டு கிட்டே இருந்துதான் இருக்கும். ரெடியா பட்டாசலுக்கு வந்தாச்சு' என்று சொல்வாள். அப்படி ஃப்ரண்டு என்று சொல்வது மதுரத்தைத் தான். அதே போல, சொன்ன இரண்டாவது நிமிடம் மணி அடிக்க ஆரம்பித்துவிடும்.

‘மத்த நேரத்துல எல்லாம் பேசுதது எட்டு வீட்டுக்குக் கேக்கும். இப்ப மாத்திரம் ஊமைப்படம் மாதிரி உதடு அசையுதது மட்டும் தான் தெரியுது.’ என்று சொல்லும் போது, பழநியப்பனுக்கு நேரடியாகப் பதில் சொல்ல முடியாது. ‘எல்லாரும் எல்லாத்தையும் எல்லார் காதிலயும் விழும்படிதான் பேசுதாங்களாக்கும் உலகத்தில’ என்று மட்டும் சொல்வார்.

ஆனால் தெய்வானையிடம் சொல்லமுடியவில்லையே தவிர, பழனியப்பனுக்கு அப்படி ஒரு ஃபோனுக்காக முன்பே வந்து காத்திருப்பதும், இப்படி வழக்கத்தை விடத் தணிந்த குரலில் பேசுவதும் பிடித்திருந்தது. அங்கேயும் இங்கேயும் வீசி வீசி அசைந்து கொண்டிருந்த மரம் அசையாமல் நிசியில் நிலா வெளிச்சத்தில் நிற்கிற ரம்மியம் பிடிபடும் விதம் அது.

அம்மா காலத்திற்குப் பிறகு எப்போதாவது இங்கே வந்து தங்குகிற அவருக்கு இப்படிப் பேசவும் கொள்ளவும் யாரோ இருக்கிறார்கள் என்பதனால் அவர் மீது மிகுந்த மரியாதையும் பிரியமும் உண்டாயிற்று. அவர் கொஞ்ச காலத்திற்கு முன்பு இருந்ததை விட, இப்போது பார்க்கக் கம்பீரமாக இருப்பதாகக் கூடச் சொல்லலாம். குளித்துவிட்டு வெளியே வந்த ஒரு நாளைக்கு, அவர் பழநியப்பனைக் கூப்பிட்டார். ‘என்னப்பா?’ என்று போன சமயம் அவர் வென்னீரில் குளித்த பிறகு வரும் வியர்வை பொங்கும் முகத்துடன் அழகாக இருந்தார்.

மழை வருகிற மாதிரி இருட்டிக் கிடந்ததில் அவர் இருந்த அறை குழல் விளக்கு வெளிச்சத்தில் நிரம்பியிருந்தது. இந்த வீட்டில் இருக்கும் ஒரே ஒரு மர நாற்காலியை அப்பாவின் உபயோகத்துக்குக் கொடுக்கப்பட்டிருந்தது. குறுக்கே வைத்து எழுத ஒரு எழுது பலகையும் உண்டு. மரம் என்பதாலோ என்னவோ, அவருக்கும் அந்த நாற்காலிக்கும் ஒரு பொருத்தம் வந்திருக்கும். அவருடைய காலத்தின் மடியில் அவர் இருப்பது போல தெளிவும் மலர்ச்சியும் சேர்ந்துவிடும். தொடர்ந்தாற்போல அவ்வப்போது சவரம் செய்யாமல் விட்டுவிடும் மனநிலை அவருக்கு உண்டு. அப்படி ஒரு பத்து நாள் தாடியுடன் அந்த நாற்காலியில் உட்கார்ந்து படிப்பதைப் பழநியப்பன் தூரத்தில் இருந்து பார்த்துக்கொண்டே நிற்பதுண்டு.

‘பழநி. இந்தக் கால் நகத்தையெல்லாம் கொஞ்சம் வெட்டி விடுதியாடே?’ என்று இரண்டு கால்களையும் ஒரே நேரத்தில் உயர்த்திக் காட்டினார். பழநியப்பனுக்கு அவர் அப்படிக் கேட்டது

சந்தோஷமாக இருந்தது. கண்கள் நிரம்பிவிட்டன. அப்பாவும் சரி, பழனியப்பனும் சரி. அவருக்கு எண்பது ஆகிறது. இவருக்கு ஐம்பது ஐம்பத்தைந்துக்கு மேல் ஆகிவிட்டது. ஒருத்தரை ஒருத்தர் இன்னார் என்று காட்டிக்கொண்டதே இல்லை. அப்படி இரண்டு பேர் சுபாவமும் அமைந்துவிட்டது. தெய்வு கூடச் சொல்வாள், 'அப்பா மகன்னு ரெண்டு பேரும் என்னைக்காவது பக்கத்தில உக்காந்து ரெண்டு வார்த்தை பேச, ரெண்டு வார்த்தை ஏசன்னு இருப்பதைப் பார்ப்பமாண்ணு தாலி கட்டி இந்த வீட்டுக்கு வந்த நாளில இருந்து கவனிச்சுக்கிட்டு இருக்கேன். கடேசி வரை கண்ணுல படாமத்தான் போய்ச் சேருவேம் போல.'

பழநியப்பன் தன்னைக் கிருஷ்ணனாக நினைத்துக் கொண்டார். கிருஷ்ணன் தான் முடிவெட்டி, சவரம் எல்லாம் செய்துமுடித்துவிட்டு, கை கால் நகங்களை எல்லாம் அப்பாவுக்கு வெட்டிவிடுவார். நகம் வெட்டுவதற்கு என்று கிருஷ்ணன் வைத்திருக்கிற ஒரு பிரத்தியேக வளை கத்தியைக் கூட பழநியப்பன் ஞாபகத்தில் பார்த்தார். அப்பா காலை மடியில் தூக்கிவைக்க அவசியமில்லை. அவருக்கு அப்படி வைத்துக்கொள்ளத் தோன்றிற்று. மாற்றி மாற்றி இரண்டு கால்களின் நகங்களையும் நறுக்கிவிட்டார். அப்பாவின் கால் விரல்களில் சுண்டுவிரல் தவிர மற்ற எல்லா விரல் நகங்களும் திருத்தமாக இருந்தன.

வெட்டிய நகங்களின் துணுக்குகளை வெளியே போட, முன் வாசல் கதைவைத் திறந்த பழநியப்பனை, தரையில் தலையணை வைத்துப் படுத்திருந்த தெய்வானை தலையைத் தூக்கிப் பார்த்ததும், 'ஒண்ணுமில்லை. அப்பாவுக்குக் கால் நகத்தை வெட்டிவிட்டேன்' என்றார். உடனடியாக' அதுக்கென்ன, இதெல்லாம் நாம செய்யாம யார் செய்வா' என்று எழுந்திருந்து உட்கார்ந்து அவிழ்ந்த முடியைக் கொண்டை போடும் தெய்வுவைப் போய் அப்படியே கட்டிக்கொள்ளலாம்.

பழநியப்பனுக்கு ஆஸ்பத்திரியில் இருக்கும் மனைவியின் ஞாபகம் வந்துவிட்டது. பழநியப்பனின் கூடப் பிறந்த தங்கச்சிதான் ஆஸ்பத்திரியில் உதவிக்கு வந்திருக்கிறார்'. சைலஜா வந்து கொஞ்ச நேரம் ஆனதும் வடிவுதான் சொன்னாள். 'பழநியண்ணே, நான் தான் துணைக்கு இருக்கனே. மதினியும் அசந்து தூங்கிக்கிட்டு இருக்கா. நீயும் இந்தப் பாப்பாவுமா வீட்டுக்குப் போயி என்ன ஏதுண்ணு பார்த்துட்டு, குளிச்சு முழுகீட்டு வரலாம்லா' என்று யோசனை சொன்னாள். உடுமாத்துக்கு என்ன என்ன எடுத்துவர வேண்டும் என்றும் இருக்கிற இடம் தெரிந்தால் ஆரஞ்சுப்

பழம் ஜூஸ் பிழிகிறதையும் வடிகட்டியையும் கொண்டுவந்தால் நல்லது, என்று சொல்ல, 'வாங்க அங்கிள். ஸ்கூட்டியில பின்னால உட்கார்ந்துக்கிடலாம் இல்லையா?' என்று உடனே சைலஜா தயாரானாள். பழநியப்பன் தெய்வு பக்கம் பார்த்தார். தூங்கிக்கொண்டிருக்கும் அவருடைய இடது மார்புப் பக்கத்தில் இருந்து தொங்கிய குழாயில் இருந்து பையில் திரவம் இறங்கி வடிந்துகொண்டு இருந்தது. 'மதினி நல்லாத்தான் இருக்கா. ஒண்ணுமில்லை' என்று சொல்லும் போது, 'வாங்க அங்கிள்' என்று சைலஜா லேசாகத் தோளில் கையை வைத்தது அவருக்குப் பிடித்திருந்தது.

சைலஜாவை அவர் பார்த்தது கூட இல்லை. மதுரத்துக்கு இப்படி ஒரு மகள் இருப்பதே தெரியாது. தூத்துக்குடியில் ஒரு அலுவலக வேலையாக சைலஜா வந்திருக்கிறாள். மதுரத்துக்கு வேண்டிய திருநெல்வேலிக்காரர் யாரோ ஒருவரின் புத்தகத்தை வெளியிட்டு இருக்கிறார்கள். பேச்சு அங்கே இங்கே சுற்றி, சி.ஜி வரை வந்து, இந்த ஆஸ்பத்திரி திசைக்கு நகர்ந்து விட்டிருக்கிறது புறப்படும்போது மதுரம்தான் முடிந்தால் இங்கே வந்து பழநியப்பனைப் பார்த்துவிட்டு வரக் கேட்டுக்கொண்டிருக்க, இதோ இங்கே இருக்கிற யாரோ ஒரு சகாவின் வண்டியை எடுத்துக்கொண்டு வந்துவிட்டிருக்கிறாள். இதைச் சொல்லி முடிக்கும் போது சைலஜா, 'சிம்ப்பிள்' என்று தோளை உயர்த்திச் சிரித்தது போலத்தான் உள்ளே வந்தவளின் முகமும் இருந்தது.

'கணேஷ் பெரியப்பா ரூம் எங்கே இருக்கு?' என்று கேட்டுக்கொண்டே அவரைத் தாண்டி வீட்டுக்குள் போனாள். இடது பக்கம் திரும்பினாள். பழனியப்பனுக்குக் கூச்சமாக இருந்தது. அது அவர்களின் படுக்கையறை. மிஞ்சி மிஞ்சிப் போனால் இரண்டு பக்கம் இரண்டிரண்டு தலையணைகள், போர்வைகள் மட்டுமே இருந்தன படுக்கையில் ஏதோ இவரும் தெய்வானையும் சயனித்திருக்கிற அறையில் சைலஜா நுழைந்துவிட்ட பதற்றத்தில், 'அப்பா இருந்த ரூம் கீழ்ப்பக்கம் இருக்கு' என்று கையைக் காட்டினார். சைலஜா அவருடைய படுக்கையறையில் மாட்டியிருந்த, அவர்களுடைய கல்யாணப் படத்தை மிக அருகில் போய் ஏறிட்டுப் பார்த்தாள். 'ஆண்ட்டி ரொம்ப அழகு. அப்பவே பஃப் ஸ்லீவ்ஸ் ஃபேஷன் போல' என்று சொல்லி அங்கேயே மேலும் நின்றாள். அந்த அறையில் இருக்க வாய்ப்புள்ள அவர்களின் வாடையை சைலஜா இதற்குள் நுகர்ந்திருப்பாளோ என்று அவருக்கு நிலைகொள்ளவில்லை.

எதற்கு என்று தெரியவில்லை.அப்படிச் சொல்வது அவளுடைய பழக்கம் போல. 'க்ரேட்' என்று அவர் கையைப் பிடித்துக் குலுக்கிய சைலஜா, பூஜை விளக்குப் பக்கம் போய்க் கும்பிட்டுக் கொண்டாள். சாப்பாட்டு மேஜையில், பழநியப்பன் சமீபத்தில் சட்டையைத் தேய்ப்பதற்கு விரித்த பவானி ஜமுக்காளமும். நிமிர்த்திவைத்த அயர்ன் பாக்ஸும் அப்படியே இருந்தன. சைலஜா ஒரு பட்டுச்சேலையை வருடுவதாக, அந்த ஜமுக்காளக் கனத்தை விரல்களால் நிமிண்டினாள்.

பழநியப்பன் உள்ளே அவசரமாக நுழைந்து, தெய்வானை கட்டில் மேல் களைந்துவிட்டுப் போட்டிருந்த, ஆஸ்பத்திரிக்குப் புறப்பட்ட நேரத்தின் சேலையை சுருட்டி அகற்றினார். சைலஜா வந்து அவர் அருகில் நின்றாள். கை தட்டுவது போல் கட்டிலைப் பார்த்துக்கொண்டு கைகள் இரண்டையும் ஒன்று சேர்த்தாள். நாடிக்குக் கையை உயர்த்தி அப்படியே நின்றாள். 'கணேஷ் பெரியப்பாவின் கடைசி நாட்கள் எழுதப்பட்ட கட்டில்' என்று ஆங்கிலத்தில் சொன்னாள். அப்புறம் சைலஜா பேசியவை பெரும்பாலும் ஆங்கிலத்தில் இருந்தன.

'அம்மா வருவது கணேஷ் பெரியப்பாவுக்குத் தெரியும். அம்மா சொல்லிவிட்டே வந்தாள். பெரியப்பாவுக்கு ஏதோ தயக்கம். அப்படி ஒரு தயக்கம் ஆணுக்கு உயர்வானது. உங்களிடம் சொல்லவில்லை போல. உங்களைப் பற்றியும் ஆண்ட்டி பற்றியும் உயர்வாகவே அம்மா சொல்வாள். அன்றைக்கு என்னவோ உங்கள் இருவருக்கும் அம்மா சொல்லாமல் வந்துவிட்டாள் என்ற கோபம். நீங்கள் இருவருமே வேலையாக இருந்தீர்கள் . ஏதோ செப்டிக் டேங்க் க்ளீனிங் வேலைக்கு ஆட்கள் வந்திருந்தார்களாம். ஆண்ட்டி நீங்கள் இருவருமே அம்மாவுடன் பேசவில்லை. அம்மாவுக்கு ஆண்ட்டியுடன் உட்கார்ந்து பேச விருப்பம். தப்பாக நினைத்துக் கொள்ளாதீர்கள் அங்கிள். 'உங்கள் இருவருடைய முகங்களும் மனிதருடையது போலவே இல்லையாம். தன்னுடைய சினேகிதியை நீங்கள் இருவரும் அவமதித்துவிட்டதாக' கணேஷ் பெரியப்பா சொல்லியபடி அழுது உடைந்துவிட்டாராம். அம்மாவுக்கு என்ன செய்வது என்று தெரியவில்லை. அம்மா கணேஷ் பெரியப்பா பக்கம் போய் அவருடைய நெற்றியில் முத்தமிட்டு அப்படியே அவர் முகத்தைத் தன்னுடைய மார்பில் அணைத்துக் கொண்டாராம்'

சைலஜா ஒரு வாத்தியகோஷ்டியை கை உயர்த்தி நடத்தி இசையமைப்பது போல, இவ்வளவையும் மிருதுவாகச்

சொல்லிக்கொண்டே போகப் போக , பழநியப்பனுக்கு அந்தக் குறிப்பிட்ட நாள் அப்படியே முன்னால் வந்தது. 'அப்பா அழுதாரா? மதுரம் அப்பாவின் நெற்றியில் முத்தமிட்டு மார்போடு அப்பா முகத்தைஅணைத்துக் கொண்டாரா?' .என்று கேட்டுக்கொண்டே சற்று அமைதியாக இருந்தார்.

'நானும் அதைப் பார்த்திருக்கலாம்.' பழநியப்பன் சொன்னார்.

'அதற்கென்ன? ஆண்ட்டி பார்த்தார்களாம். தேநீர் கொடுத்த டம்ளர்களை அவர் திரும்ப எடுக்க அப்போது வந்திருக்கிறார்"

'என்னது தெய்வு பார்த்தாளா? அப்பா நெற்றியில் முத்த மிட்டதையா? என்னிடம் சொல்லவே இல்லையே !'

சைலஜா இதைக்கேட்டதும் மீண்டும் ஒருமுறை 'க்ரேட்' என்றாள். 'ஆண்ட்டியை வணங்குகிறேன்' என்று உடலை முன்பு வளைத்தாள். 'கணேஷ் பெரியப்பாவுக்கும் மதுரம் மம்மிக்கும் எவ்வளவு பெரிய மரியாதை இது'. கண்கள் கலங்கி நிற்கிற பழநியப்பனின் கையைப் பற்றிக் கொண்டாள். அவர் குலுங்கிக் குலுங்கி அழ ஆரம்பித்தார், சைலஜாவின் கையைப் பிடித்துக்கொண்டே, அழுகையையும் நிறுத்தாமல், முதல் அறைக்கு வந்து நாற்காலியில் சரிந்தார்.

'கொஞ்சம் அப்படியே இருங்கள். இரண்டு பேருக்கும் டீ போட்டுக்கொண்டு வருகிறேன்' என்று கையை உருவிக்கொண்டாள். அவர் வேண்டாம் என்று கையசைப்பில் சொன்னார். 'எனக்கு வேண்டும். பால் பாக்கெட் கிடக்குதா?' என்று ஃப்ரிட்ஜ் பக்கம் போனாள். அங்கிருந்தே டீ தூள் இருக்கிற இடத்தை விசாரித்தாள். குழாய் திறக்கிற, பாத்திரம் இடம் மாறுகிற, நீலத் தீ எரிகிற, டீ ஆற்றுகிற காட்சிகளை மாற்றி நடந்து வந்தாள். பீங்கான் கோப்பைகள் எப்படிக் கண்ணில் பட்டது என்று தெரியவில்லை. ஒன்றை உறிஞ்சிக்கொண்டே மற்றொன்றுடன் வந்து பழநியப்பனிடம் நீட்டினாள்.

'அதை வாங்கி ஓரமாக வைத்தவர் ஒரு பெண்ணைப் போல முகத்தை இரண்டு கைகளாலும் மூடிக்கொண்டு சைலஜாவைப் பார்க்காமல் தரையைப் பார்த்தபடி,' அவளுக்கு இடது பக்கம் பூராவையும் எடுத்துட்டாங்க தெரியுமா?' என்று அழுதார். 'என் தங்கச்சி பார்த்துட்டா. நான் மாட்டேன்னுட்டேன்' என்று கையால் சைலஜாவின் திசையில் துளாவினார். தன்னுடைய

கையைத்தான் தேடுகிறார் என்று சைலஜா பழநியப்பனின் கையைப் பிடித்துக்கொண்டாள்.

'அதெப்படி? நீங்கதான் பார்க்கணும். வேறு யார் பார்த்தாலும் பார்க்காட்டாலும் நீங்கதான் முதலில் பார்க்கணும்' என்று அவர் தோளைத் தட்டிக் கொடுத்தாள். ஒரு குழந்தையைத் தூங்கவைப்பதற்குச் செய்வதுபோல மெல்ல மெல்ல மேலும் கீழும் தாழ்ந்து அவளுடைய கை ஒற்றியெடுத்தபடியே இருந்தது.

கொஞ்சம் ஓய்ந்தது போல முகத்தை நிமிர்த்தியவர், வேறு ஏதோ ஞாபகம் வந்தவராக, 'இதுவரைக்கும் தெய்வு எங்கிட்டே சொல்லவே இல்லையே. நீ இப்பம் சொல்லியில்லா தெரியும்' என்று புலம்பினார்.

'இப்போ தெரிந்துவிட்டது இல்லையா' என்று சிரித்துக்கொண்டே அவருடைய கையை எடுத்து சைலஜா தன்னுடைய நெஞ்சில் வைத்துக்கொண்டாள்.

தினமணி தீபாவளி மலர்.2018

❀❀❀

அதற்கு மேல்

*சு*லோச்சனா நிற்கிறதாக காந்திமதி தான் சொன்னாள்.

கையில் ஒரு வெள்ளை நாய்க்குட்டியையும் வைத்துக்கொண்டு நின்று கொண்டு இருந்தாள். நாலைந்து இரு சக்கர வாகனங்கள் பழுது பார்க்கப்படும் நிலையில் இருக்கிற ஒர்க் ஷாப் அது, மழையில் அவளைப் போலவே இன்னும் நாலைந்து பேர் அங்கே ஒதுங்கி நின்றார்கள். பக்கத்தில் ஒரு டீக் கடையில் சத்தமாகப் பேசியபடி டீ குடித்துக்கொண்டு இருந்தார்கள். மழை எல்லோர் முகத்திலும் ஒரு சிரிப்பைக் கொடுத்திருந்தது. குடித்துவிட்டு வைத்த கண்ணாடித் தம்ளரை அங்கங்கே இருந்து எடுத்துக் கொண்டு இருந்த பையன் மூன்று கிளாஸ்களை விரல்களுக்குள் செருகியபடி, அடுத்த கையை வெளியே நீட்டி உள்ளங்கையில் மழை நீரை வாங்கித் தரையில் சொட்டாக விட்டுக்கொண்டு இருந்தான், அதற்கு முன்பாக நாய்க்குட்டியுடன் நிற்கிற இவளிடம் வந்து, நாய்க்குட்டியைத் தடவிக்கொடுத்து, வெளியே தொங்கிக் கிடந்த கால் பாதங்கள் இரண்டையும் மெதுவாகக் குலுக்கி முத்தமிட்டுவிட்டுப் போயிருந்தான்.

ராமராஜன் ஆட்டோவைக் கொஞ்சம் பின்னுக்கு நகர்த்தச் சொன்னான். ஆட்டோ டிரைவருக்கு அது தெரிந்த ஒர்க்ஷாப் போல, பின்னுக்குத் தள்ளி நகர்த்தி அதற்கு அருகில் நிறுத்தின கையோடு வலது பக்கமாக இறங்கி இவனைப் பார்த்துச் சிரித்து, கடைப்பக்கமாக ஓடினார். மழை பெய்யும் போது யார் இப்படி மழையில் நனையாமல் இருப்பதற்காக ஓடினாலும்

நன்றாகத்தான் இருக்கிறது. அவர்கள் எப்படியும் கொஞ்சம் நனைந்தும் விடுகிறார்கள்.

'கொஞ்சம் நீங்க அவளுக்குக் கையைக் காட்டுங்க' என்று காந்திமதி இடது ஓரம் இருந்த ராமராஜிடம் சொன்னாள். ராமராஜனுக்கு சுலோச்சனா என்ற பெயரைச் சொல்லிக் கூப்பிட ஆசையாகத்தான் இருந்தது. எத்தனையோ தடவை இதற்கு முன்னால் பார்த்திருந்தாலும் பெயரைச் சொல்லிக் கூப்பிட்ட தில்லை. 'ஹலோ, ஹலோ' என்று முதலில் கூப்பிட்டான். கையை அசைத்தான். சற்று உரக்கச் சப்தம் வரும்படி கைதட்டினான். ஒவ்வொரு முறையும் பெயர் சொல்லிக் கூப்பிடுவது போன்ற கிளர்ச்சி அவனுக்கு இருந்தது. சுலோச்சனா கவனிக்கவில்லை. இதற்கு இடையில் ஆட்டோவின் உட்பக்கம் காந்திமதி முடிந்த மட்டுக்கும் இவன் நெஞ்சுக்கு முன்னால் குனிந்து 'ஏ' என்று சத்தம் கொடுத்தாள். அவளுக்கும் சிரிப்பு வந்தது. ராம ராஜனுக்கும் சிரிப்பு வந்தது.

சுலோச்சனாவுக்குப் பக்கத்தில் நின்றவர், 'உங்களை யாரோ ஆட்டோல இருந்து கூப்பிடுதாங்க' என்று சொல்லியிருக்க வேண்டும். அப்படித்தான் அவர் சைகைகள் இருந்தன. இவர்கள் நிறுத்தின ஆட்டோ தவிர, இவர்களுக்குப் பின்னால் மேலும் இரண்டு வந்து இப்போது நின்றிருந்தாலும் சுலோச்சனா சரியாக காந்திமதியின் கையசைப்பைக் கண்டுபிடித்துவிட்டாள். ராமராஜனைப் பார்த்துச் சோகையாகச் சிரித்தாள். ராமராஜனுக்கு ரொம்ப சந்தோஷமாக இருந்தது. 'பார்த்துட்டாங்க' என்று உட்பக்கம் சொன்னான். மழையையும் பாராமல் அவன் கீழே இறங்கி நின்று,' 'நல்லா இருக்கீங்களா?' என்று சுலோச்சனாவிடம் கேட்டுக்கொண்டே, 'காந்தி, நீ வேணும்னா இறங்கிப் பேசு' என்றான்.

சுலோச்சனா, அந்தப் பழுது பார்க்கப்படும் வாகனங்களுக்கும் மழைக்கு ஒதுங்கி நிற்கும் நான்கைந்து பேருக்கும் மத்தியில் வெள்ளைச் சடை நாய்க்குட்டியுடன் நிற்பது ரொம்ப அழகாக இருந்தது. எங்கே இருந்தாலும் சிலபேர்தான் இப்படி அழகாக இருக்கமுடிகிறது.

ஒரு தடவை ராமராஜன் யாரையோ ரயில்வே ஸ்டேஷனில் வழி அனுப்பிவிட்டு வந்துகொண்டு இருக்கிறான். பஸ் ஸ்டாண்டில் ஐந்தாம் நம்பர் பஸ் பிடிக்க வேண்டும். பழைய புத்தகக் கடைக்கும் பழக்கடைக்கும் மத்தியில் சுலோச்சனாவின் கணவர் பைக்கின் காலை ஊன்றிக்கொண்டு இருக்கிறார். அவரைப் பார்த்ததும்

80 } மதுரம்

ராமராஜனுக்கு உடனே சுலோச்சனா ஞாபகம் தான் வந்தது.' என்ன பரி, நீங்க மாத்திரம் இங்கே தனியா? அவங்களைக் காணோம்?' என்று கேட்டான். பரிமேல் அழகர் வெறுமனே சிரித்து, ஹெல்மெட் வைத்திருக்கும் கையை பாரத் காஃபி கடைப் பக்கம் ஆட்டினார். ராமராஜன் பார்த்தான்.

ஒரு காஃபிப் பொடி விற்கிற சின்னக் கடையில் கூட, சுலோச்சனாவின் தோற்றம் அப்படி இருந்தது. அப்போதுதான் வாங்கித் தலையில் வைத்திருக்க வேண்டும். பிச்சிப்பூ ஒரு சாணுக்குத் தோளில் தொங்கிக்கொண்டு இருந்தது. ராமராஜன் அன்று மிகச் சாதாரண உடையில், ஆஃபீஸில் இருந்து பஸ் பிடித்து நேராக ரயில்வே ஸ்டேஷன் வந்து வழியனுப்பிவிட்டு வந்துகொண்டிருக்கிற தோற்றத்தில் இருந்தான். 'மேடத்துக்கிட்டே சொல்லுங்க. இப்போ ஃபைவ் ஏ ஒண்ணு உண்டு. அதை விட்டால் லேட் ஆயிரும்' என்று சுலோச்சனா வருவதற்குள் நகர்ந்துவிட்டான்.

இன்றைக்கு அப்படி இல்லை. ராமராஜன் காந்திமதி இருவருமே நல்ல உடையில் இருக்கிறார்கள். மகள் நவீனா காந்திமதியின் அக்கா வீட்டில் இவர்கள் திரும்பும் வரை இருப்பாள். டவுனுக்குப் போய் துணி எடுத்துவிட்டு, மத்தியானக் காட்சி சினிமாவும் பார்த்துவிட்டு வருகிறார்கள். படம் இரண்டு பேருக்குமே பிடித்திருந்தது. படம் விடுவதற்குக் கால் மணி நேரத்துக்கு முன்பே நல்ல மழை. காந்திமதிக்கு அப்படித் தியேட்டருக்குள் இருக்கும் போது மழை பெய்வது பிடித்திருந்தது. 'நல்லா இருக்குல்லா சத்தம்' என்று ராமராஜனின் காதில் சொன்னதும், 'ஜவுளிக்கடைப் பை எல்லாம் இருக்கு. பேசாமல் ஒரு ஆட்டோ பிடிச்சிருவோம்' என்று அப்போதே சொல்லிவிட்டான். தியேட்டரைவிட்டு வரும் போதே. மற்ற ஆட்டோக்களோடு இந்த ஆட்டோ வாசலில் நின்றது.

'ஆறுமுகச்சாமியின் அண்ணன் தானே நீங்க?' என்று காந்திமதி ஆட்டோ டிரைவரிடம் கேட்டாள். 'ஆமா மதினி.ஏறுங்க' என்று அவர் இருந்த இடத்திலிருந்து சாய்ந்து கதவைத் திறந்துவிட்டார். 'ஜவுளி எடுத்துட்டு வார பாதையா அண்ணாச்சி' என்று ராமராஜனிடம் ஒரு மரியாதைக்குக் கேட்டார். ராமராஜனுக்கு அவரைத் தெரியவில்லை. காந்திமதி இத்தனைக்கும் வீட்டோடுதான் இருக்கிறாள். அவளுக்கு எப்படியோ நிறையப் பேரைத் தெரிந்திருக்கிறது.

சுலோச்சனாவையும் அப்படித்தான். அவளை காந்திமதிக்கு முன்னே பின்னே எல்லாம் தெரியாது. சுலோச்சனா சார் பதிவாளார் அலுவலகத்தில் வேலை பார்க்கிறாள். மனவளக்கலை

மன்றத்தில் இவள் போய்ச் சேர்ந்த போது சுலோச்சனாவும் அதே பயிற்சிக்கு வந்திருப்பாள் போல. பிறந்த ஊர், வளர்ந்த ஊர் என்ற பேச்சு வந்த போது, இவள் திருப்புடை மருதூர் என்று சொல்ல, சுலோச்சனா தனக்கு வீரவநல்லூர் என்று சொல்ல, இவ்வளவு போதாதா? அதிலிருந்து இரண்டுபேரும் ரொம்ப நெருக்கம். எவ்வளவு நெருக்கம் என்றால், சுலோச்சனா வெளியூர் போகும் போது இந்த சடை நாய்க் குட்டியை இரண்டு நாள் காந்திமதி பொறுப்பில் விட்டுவிட்டுப் போகும் அளவுக்கு ஆகிவிட்டது.

அப்படி இந்த நாய்க்குட்டியைக் கொடுக்க சுலோச்சனா வருவாள் என்று காந்திமதி சொல்லியிருந்தாள். பாசிப் பயிறு சுண்டல் அவித்திருந்த காந்திமதியிடம் அதை எல்லாம் சுலோச்சனாவுக்குக் கொடுக்கக்கூடாது என்று சொல்லிவிட்டு குட் டே பிஸ்கட்டும் ஜாய் பேக்கரியில் வெஜிடபிள் பஃபும் வாங்கி வந்தான். வீட்டில் இருந்தால் ராமராஜன் சட்டை போடுவதில்லை. அன்று தேய்த்த சட்டை போட்டுக்கொண்டதில் காந்திமதிக்குச் சந்தோஷம். வாய்விட்டே சொல்லிவிட்டாள். 'எங்கே சுலோச்சனா வரும்போது மொட்டை மொழுக்கட்டைண்ணு நிப்பீங்களோண்ணு நினைச்சேன். உங்கள் கிட்டே சொல்லுததுக்கும் யோசனை' . ராமராஜன் வெறுமனே, 'அது எப்படி இருப்பேன்' என்றான். அவளின் பின்பக்கத்தில் ஒரு அறை கூட வைத்தான். அப்படி எல்லாம் அவன் செய்கிறவனே அல்ல.

சுலோச்சனா அன்று சுரிதாரில் வந்திருந்தாள். முப்பத்தைந்து நாற்பது வயதில் அந்த உடையில் ராமராஜன் வீட்டிற்கு அதுவரை யாரும் வந்தது இல்லை. நாய்க்குட்டியை மடியில் வைத்துக்கொண்டே, நாற்காலியில் அமர்ந்து, எதிரே ராமராஜனையும் காந்திமதியையும் உட்கார்த்தி வைத்து இரண்டு நாட்கள் அதைப் பார்த்துக்கொள்ள வேண்டிய முறைகளைப் பற்றிச் சொன்னாள். பிரத்தியேக உணவுகள் எதையும் அது எதிர்பாராது என்றாலும், அதற்குக் கொடுக்கவேண்டிய ஒருவகை பிஸ்கட் போன்ற எலும்பும் அல்லாத ஒரு திட உணவைப் பற்றியும் பாலின் அளவு பற்றியும் காந்திமதியிடம் சொன்னவள், ராமராஜன் பக்கம் திரும்பினாள்.

நேருக்கு நேர் ராமராஜன் கண்களைப் பார்த்துப் பேசுவதில் சுலோச்சனாவுக்கு எந்தத் தயக்கமும் இல்லை. சுலோச்சனாவுக்கு அதிகம் பருமனான கண்கள் அல்ல. ஆனால் வசியம் நிரம்பியவையாக ராமராஜன் நினைத்தான், முதலில் சற்றுத் தயங்கியபடியே அவளைப்பார்த்தான். 'நல்லாக் கேட்டுக்கிடுங்க எல்லாத்தையும்' என்று காந்திமதி அவனிடம் சொன்னதும்

82 } மதுரம்

அவனால் தொடர்ந்து சுலோச்சனாவின் முகத்தைப் பார்க்க முடிந்தது. ஊருக்குப் போவதை முன்னிட்டு அவள் தலைக்குச் சாயம் அடித்திருக்கிறாள் என்பது முதலில் தெரிந்தது அவனுக்கு.

'நீங்கள் ரீனாவைக் காலையில் வெளியே நடத்திச் செல்கிற பொறுப்பை எனக்காக ஏற்றுக்கொள்ள வேண்டும். ரீனா ரொம்பப் பயந்த பிள்ளை. முக்கியமாகத் தெரு நாய்களின் குரைப்பைக் கேட்டால் அவளால் எதையும் வெளியேற்றவே முடியாது. அடக்கிக்கொண்டு கஷ்டப்படுவாள்' சுலோச்சனா சொல்லச் சொல்ல. ராமராஜனுக்கு ஒரு எரிச்சலும் ஆவலும் வந்தது. 'அதை எல்லாம் நான் பார்த்துக்கிடுதேன். நீங்க கவலைப்படாமல் போயிட்டு வாங்க' என்றான்.

இப்படி ராமராஜன் வாக்குறுதி அளிக்கும் போதே, சுலோச்சனா தன் மடியில் இருந்த சடை நாய்க்குட்டியை அப்படியே அள்ளி ராமராஜனிடம் நீட்டினாள். 'நீங்கள் கையில் வாங்கக் கூட வேண்டாம். அப்படியே இருங்கள். உங்கள் மடியில் வைத்துவிடுகிறேன். அவள் பரியிடமும் கௌதம் இடமும் அப்படி ஒட்டிக்கொள்வாள். ஆண்களை அவளுக்கு அதிகம் பிடிக்கும். உங்களை அவள் காந்திமதியைப் போலக் காதலிப்பாள்.' என்று காந்திமதி பக்கம் பார்த்தாள்.

காந்திமதி தன் நாற்காலியில் இருந்து கை நீட்டி எட்டி சுலோச்சனாவை அடித்தாள். ராமராஜனுக்கு காந்திமதியைக் கட்டிக்கொள்ளவேண்டும் என்ற வேட்கை மிகுந்தது. அது சுலோச்சனாவை அல்ல, நிச்சயமாகக் காந்திமதியைத் தான் என்று நம்பினான். சுலோச்சனா மடியில் வைத்த நாய்க்குட்டியை காந்திமதி வந்து குனிந்து தடவிக்கொடுத்தாள். காந்திமதி இன்று சீயக்காய் போட்டுத் தலைக்குக் குளித்திருப்பாள் போல. ராமராஜனின் புலன்கள் அன்று அதிக மடங்குகள் கூர்மையாகியிருந்தன.

பக்கத்துவீட்டுப் பிள்ளைகளோடு விளையாடப் போயிருந்த நவீனா நேரே நாய்க் குட்டியிடம் வந்தாள். ராமராஜன் மடியில் இருந்த நாய்க்குட்டியின் தலையைக் தடவிக்கொடுத்தாள். 'ரீனா சிரிக்கிறா பாரு நவீனா' என்று சுலோச்சனா சிரித்தாள். 'நவீனாவுக்குப் பயமே இல்லை பாருங்க' என்று காந்திமதி சந்தோஷப் பட்டாள். 'அவ எம் மகள் 'லா' என்று ராமராஜன் அவளைக் கொஞ்சி, இறுக்கிக் கட்டி முத்தம் கொடுத்தான். நவீனாவை இப்படிச் செல்லம் கொஞ்சி முத்தம் எல்லாம் கொடுத்திருப்பது உண்டா என்றால், இல்லவே இல்லை என்றுதான் சொல்லமுடியும்.

வண்ணதாசன் } 83

‘திங்கள் கிழமை ஒரு நாள் லீவு போட்டிருக்கிறோம். செவ்வாய்க்கிழமை அதிகாலை வந்து ரீனாவைக் கூப்பிட்டுக் கொள்வோம்’ என்று சுலோச்சனா சொல்லியிருந்தாள்.

ராமராஜனுக்கு செவ்வாய்க்கிழமை என்பது தவறாமல் ஞாபகத்தில் இருந்தது. அவன் அன்றைக்கு சீக்கிரம் எழுந்து ரீனாவைக் கூட வெளியே விடிந்தும் விடியாத வெளிச்சத்தில் கூட்டி விட்டுப் போய் வந்திருந்தான். ‘கீரைத்தண்டு விற்றுக்கொண்டு போனார்கள். நன்றாக இருந்தது. வாங்கிக்கொண்டு வந்தேன்’ என்று ராமராஜன் சாப்பாட்டு மேஜையில் வைத்தது அதிசயமான விஷயம். அப்போது காந்திமதி நவீனாவை எழுப்பிவிட்டுக் கொண்டு இருந்தாள்.

‘கொஞ்ச நேரத்தில் ரீனா போயிரும் குட்டி’ என்று மகளின் தூக்கக் கலக்க முகத்தைத் தடவிக்கொடுத்தாள். ராமராஜன் சுலோச்சனா தான் அப்படித் தூங்கி எழுந்திருப்பதாக ஒரே ஒரு நொடி யோசித்தான். மிகுந்த அவசரத்துடன் அதை மாற்றிக் கொள்வது போல, அவனும் நவீனா பக்கம் வந்து அவள் தலையை வருடிக் கொடுத்தான். சடை நாய்க்குட்டி படுக்கை அறை வந்துவிட்டு, அந்த எல்கையின் வாசனை ஒவ்வாதது போல உடனே திரும்பி முதல் அறைக்குப் போனது.

அழைப்பு மணி அடிக்கிற சத்தம் கேட்டது. ராமராஜன் அந்த அவசரத்திலும் ஹவாய் சப்பலைப் போட்டுக்கொண்டு போய்த் திறந்தான். சுலோச்சனா வரவில்லை. பரிமேல் அழகர் ஹெல்மெட்டும் கையுமாகச் சிரித்துக்கொண்டு, ‘ரீனா’ என்று குரல் கொடுத்தார். ரீனா ஓடியே வந்து பரியின் இடுப்பின் உயரத்திற்கு முன் கால்களை வைத்துக்கொண்டு நின்றது. அது வரைந்த வட்டத்தை அதுவே சுற்றுவது போல ஏதேதோ குரைப்பில்லாத ஒரு ஊமைக் குரலிட்டு, அது வெளிவரும் முன்பே அந்தக் குரலை விழுங்கியது. மறுபடி முன்கால்களைப் பரியின் இடுப்பில் வைத்து நின்று வாலாட்டியது.

காந்திமதி சிரித்த முகத்தோடு சேலையில் கையைத் துடைத்துக் கொண்டே அடுப்படியில் இருந்து வந்தாள். ‘அது ஒரு சேட்டை பண்ணலை. அன்னம் போல இருந்தது’ என்றாள்.

ராமராஜன் ‘அவங்களும் ஊரில இருந்து வந்தாச்சு இல்லையா?’ என்று கேட்டான். சுலோச்சனா வெளியூரிலேயே இருந்துவிடுவாளோ என்ற பதற்றம் அந்தக் குரலில். பரி ‘அவளுக்குக்

களைப்பாக இருக்கிறது. அலுவலகம் வேறு போகவேண்டும்' என்றார். ராமராஜன், 'உடம்புக்கு ஒண்ணும் இல்லையே' என்று கரிசனப்பட்டதற்குப் பதில் சொல்லாமல் நவீனாவைப் பார்த்து, 'ரீனாவை உங்க வீட்டில வச்சுக்கிடுதியா?' என்று கேட்டதும் நவீனா சரி என்று தலையை அசைத்தாள். சிறு குழந்தைகள் சரியான விஷயங்களுக்கு சரியாகத் தலையசைப்பது எவ்வளவு நன்றாக இருக்கிறது.

'இப்போ வேண்டாம். அது அத்தையைத் தேடிக்கிட்டு இருக்கும். இன்னொரு நாளைக்கு. சரியா?' என்று பரி சொன்னதும். 'ஆண்ட்டியே கொண்டாந்து உனக்குத் தருவாங்க டா' என்று ராமராஜன் மேலும் ஒரு சமாதானத்தைச் சொன்னான்.

பரி ரீனாவுடன் புறப்பட்ட போது ராமராஜன் வாசல் வரை போகவில்லை. காந்திமதியும் நவீனாவும் போய் வழியனுப்பிவிட்டு வந்தார்கள். 'அதைக் கொண்டு போகிறதுக்கு என்று ஒரு பிரம்புக் கூடை வச்சிருக்காங்க. அழகா இருக்கு' என்று காந்திமதி அவனிடம் சொன்னதை ராமராஜன் காதில் வாங்கிக்கொள்ளவே இல்லை.

இப்போது மழைக்கு ஒதுங்கி இந்த ஓர்க் ஷாப்பில் நிற்கிற சுலோச்சனா, அப்படிக் கூடை எதிலும் எடுத்து வந்தது போலத் தெரியவில்லை. நாய்க்குட்டியை நெஞ்சோடு அணைத்துக் கொண்டிருக்கும் சுலோச்சனாவைப் பார்த்து, 'சார், ஒரு பிரம்புக் கூடை வச்சிருப்பாரே இதுக்குண்ணு.?' என்று கேட்டான். சுலோச்சனா பதில் சொல்லாது ஆட்டோவிலிருந்து இறங்கி இவள் பக்கம் வருகிற காந்திமதியையே பார்த்துக்கொண்டு நின்றாள்.

இடையில் தேங்கிக் கிடக்கும் மழைத் தண்ணீரை காந்திமதி பொருட்படுத்தாது ஒரு சிறு தாவலில் தண்ணீர் பாளமாகச் சிதற, சுலோச்சனாவின் பக்கத்தில் வந்துவிட்டாள். வழுக்கிவிடுமோ என்ற கவனம் அதுவரை அவளுக்கு உள்ளே இருந்திருப்பதால், நின்றதும் காந்திமதி தன் உடலை நிதானிப்பதற்குச் சுலோச்சனாவின் தோளில் கையை ஊன்றியதும் சற்றுச் சாய்ந்த சுலோச்சனாவை, 'பார்த்து. பார்த்து' என்று முதுகுப்பக்கம் தாங்கப் போவது போல ராமராஜன் கைகளை அகலமாக வைத்துக்கொண்டான். தோளில் ஊன்றின கையை இப்போது காந்திமதி சுலோச்சனாவின் மேல் புஜத்தில் வைத்துப் பிடித்த பெருவிரலின் கீழ் சுலோச்சனாவின் கைச் சதை அமுங்கியது. அந்த இடத்தில் விழுந்த சிறுகுழியை ராமராஜனால் பார்க்காமல் தவிர்க்க முடியவில்லை.

சுலோச்சனா பக்கத்தில் நின்றவர்கள் இவனுக்கும் காந்திமதிக்கும் இடம் விட்டு ஒதுங்கிக் கொண்டார்கள். இவ்வளவு நேரம் சுலோச்சனாவைப் பார்த்தபடி சிகரெட் குடித்துக்கொண்டு இருந்தவர் இப்போது காந்திமதியைப் பார்க்க ஆரம்பித்திருந்தார். காந்திமதிக்கு இது தெரிந்தது. 'வாங்க. எல்லாரும் இங்கே நிக்கிறதுக்கு ஆட்டோவுக்குப் போயிரலாம்' என்று சொல்லி சுலோச்சனா முதுகில் கையை வைத்து நகர்த்தினாள்.

சுலோச்சனா டீக் கடையில் வேலை பார்க்கும் அந்தச் சின்னப் பையனையே பார்த்துக்கொண்டு ஆட்டோவில் ஏறினாள். ஹைகிரவுண்ட் ஆஸ்பத்திரியில் இருந்து பேறுகாலம் முடிந்து பிள்ளையை எடுத்துக்கொண்டு ஏறும் ஒரு பெண்ணைப் போல சுலோச்சனா நாய்க்குட்டியுடன் ஏறுவது இருந்தது. அடுத்து காந்திமதி ஏறினாள். ராமராஜன் ஆட்டோ டிரைவர் இருக்கிற ஒர்க்ஷாப் ஸ்டூலைப் பார்த்தான். அவரும் இங்கேயே பார்த்துக்கொண்டு 'ஒரு நிமிடத்தில் வந்துவிடுவதாக' குரல் கொடுத்தார்.

'ரீனா என்ன சத்தமே போடக் காணோம். காய்ச்சல்காரப் பிள்ளை மாதிரி சோர்ந்துபோய்க் கிடக்கு?' என்று சொன்ன காந்திமதி 'நீயும் அப்படித்தான் இருக்கே. ஆள் சரியில்லை?' என்று சுலோச்சனாவின் நெற்றியில் கை வைத்தாள். வெளியே நின்ற ராமராஜன், 'நானும் கவனிச்சேன். அவங்க இப்படி டல்லா இருக்கவே மாட்டாங்களேண்ணு தோணுச்சு' என்றான். சுலோச்சனா ராமராஜனைப் பார்க்கவே காணோம். வெளியே மழையையே பார்த்துக் கொண்டு இருந்தாள். மழையைப் பார்க்க ஆரம்பித்த சுலோச்சனாவின் முகம் அவளுடையது போலவே இல்லை.

'இவளுக்கு ரெண்டு மூணு நாளாக உடம்புக்குச் சரியில்லெ. வெட்னரி டாக்டர் பரிக்குத் தெரிஞ்சவர் ஒருத்தர் இந்தப் பக்கம் இருக்காரு. அவர் கிட்டே காண்பிச்சுட்டு வந்துக்கிட்டு இருந்தேன். அதுக்குள்ளே வண்டிக்கு ஏதோ ரிப்பேர். ஆஃப் ஆகி அப்படியே நிண்ணுட்டுது. பக்கத்தில இந்த ஒர்க்ஷாப் தெரிஞ்சுது. விட்டுட்டு என்னண்ணு பார்க்கச் சொல்கிறதுக்குள்ள இப்படி ஒரு மழை' என்றாள்.

'வண்டி எப்ப ரெடியாகும்ணு நீங்க வேணும்னா கேளுங்களேன்' காந்திமதி ராமராஜனிடம் சொன்னாள். இதை அவனே சுலோச்சனாவிடம் கேட்கலாம் என்று நினைத்திருந்தான். அதற்குள் காந்திமதி இதைச் சொன்னது கோபமாக வந்தது.

‘என்னமோ பேர் சொன்னியே. ஆறுமுகச்சாமியோ என்னமோ. அவருக்குத் தெரிஞ்ச ஓர்க்ஷாப்தான் போல. கேட்டுச் சொல்லச் சொல்லுதேன்’ என்று ராமராஜன் கொஞ்சம் வெறிக்க ஆரம்பித்திருந்த மழையில் போனான். ‘நனைஞ்சுக்கிட்டே போறாரு’ என்று மட்டும் சுலோச்சனா கம்மலான குரலில் சொன்னாள். மடியில் இருக்கிற நாய்க்குட்டியை லேசாக கைகளுக்குள் உலுக்கி அது கண்களை லேசாகத் திறந்து மூடுவதைப் பார்த்துக்கொண்டாள். ‘இந்த ஸ்மெல்லை பார்த்தியா. இது இருக்கக்கூடாது’ என்று காந்தியிடம் சொல்லும் போது சுலோச்சனாவின் கண்களில் நீர் கோர்த்துவிட்டது. காந்திமதி அவள் தோளில் கை வைத்தாள். சுலோச்சனா மூக்கை உறிஞ்சியபடி முகத்தைத் தோளொடு சேர்த்துத் துடைத்துக்கொண்டாள்.

‘என்னை எங்க வீட்டில ட்ராப் பண்ணீரு காந்தி’ என்று மறுபடி மடியில் இருந்த நாய்க்குட்டியைப் பேர் சொல்லிக் கூப்பிட்டாள். ‘இஞ்செக்ஷன் போட்டிருக்காரு. சரியாப் போகும்னு நினைச்சேன்’ என்று மறுபடியும் சுலோச்சனாவுடனேயே சுலோச்சனா பேசிக்கொண்டாள்.

‘வீட்டுச் சாவி, மொபைல் எல்லாம் ஹேண்ட் பேக்கோடு ஆக்டிவாவிலேயே கிடக்கு’ என்றாள். காந்திமதி இறங்கி ஓர்க் ஷாப்பிற்குப் போவதைக் கூட சுலோச்சனா தடுக்கவில்லை. ‘இரு. வந்திருதேன்’ என்று காந்திமதி திரும்பிவந்து அவளிடம் சொல்லிவிட்டு, ‘நவீனா அப்பாவை வேண்டுமானால் மெக்கானிக் கூட வண்டியை எடுத்துட்டு வரச் சொல்லுதேன். நாம நேரே உங்க வீட்டுக்குப் போயிருவமா?’ என்று யோசனை கேட்டாள்.

‘நீ போகவேண்டாம் என் கூட இரு. ப்ளீஸ்’ சுலோச்சனாவின் குரல் ரொம்பத் தணிவாக இருந்தது. தார்ப்பாய்த் தடுப்பிலிருந்து சொட்டின மழைத்தண்ணீர் மடியில் இருந்த நாய்க்குட்டியின் மேல் தெறிக்காமல் சுலோச்சனா நகர்ந்து உட்கார்ந்தாள். சீட்டின் நீல ரெக்ஸின் வழுவழுப்பில் மழைத்துளி தெறிக்க ஆரம்பித்தது.

காந்திமதி ஹேண்ட் பேக்கை எடுத்து, மொபைல், வீட்டுச் சாவி எல்லாம் இருக்கிறதா என்று சரிபார்த்தபடியே வந்துகொண்டு இருந்தாள். ‘அவங்களுக்கு என்ன செய்யுது?’ என்று சுலோச்சனாவைப் பற்றிக் கேட்டுக்கொண்டே ராமராஜன் அவளுடன் வந்துகொண்டு இருந்தான்.

‘ஒண்ணும் பிரச்னையில்லை மதினி. தெரிஞ்ச ஆட்கள் தான். வேலை முடிஞ்சதும் நம்ம வீட்டிலேண்ணாலும் சரி,

அவங்க வீட்டிலேண்ணாலும் சரி, வண்டியைக் கொண்டுவந்து விட்டிருவாங்க. எங்கேண்ணு ஃபோனில் விவரம் சொன்னாக் கூடப் போதும்' என்று ஆட்டோ டிரைவர் மூன்றாவது ஆளாக வந்துகொண்டு இருந்தார்.

ஆட்டோ பக்கத்தில் வர வர, இவர்களைப் பார்த்ததும் சுலோச்சனா வாய்விட்டு அழ ஆரம்பித்திருந்தாள். காந்திமதி பதறிக்கொண்டு வெளிப்பக்கமாக வந்து நின்று சுலோச்சனாவின் கையைப் பிடித்தாள். சுலோச்சனா மேலும் அழுதாள்.

'இது பூபதி என் கல்யாணத்தை ஒட்டி எனக்குக் கொடுத்த குட்டி காந்தி. ஒரு வயசுக் குட்டியா கொடுத்தான். ஒன்பது வருஷமா என் கூட தான் அது இருந்தது' என்று மடியைப் பார்த்துக் குனிந்து தலையில் அடித்தாள். காந்திமதி அவசரமாகச் சுற்றிவந்து ஆட்டோவில் ஏறி உட்கார்ந்து சுலோச்சனாவின் மடியில் இருந்த நாய்க்குட்டியை அவளுடைய கையை விலக்கிப் பார்த்தாள்.

'அந்த பூபதியைப் பத்தி உங்கிட்டே என்னைக்காவது சொல்லணும்னு நினைச்சுக்கிட்டு இருந்தேன். அதுக்குள்ளே அவன் போயிட்டான் காந்தி. மூணு நாளைக்கு முன்னே சூசைட் பண்ணிக்கிட்டான் கிறுக்கன்.' அவள் ஓங்கி ஆட்டோவின் விலாவைக் குத்தினாள். 'அது எனக்குத் தெரியும். இவளுக்கு யாரு சொன்னா பூபதி போயிட்டாண்ணு? மூணு நாளா இவ சாப்பிடவே இல்லை. சமைஞ்ச பிள்ளை மாதிரி ரீனா எங்க பாத் ரூமிலேயே அசையாமக் கிடந்தா. நான் கூப்பிட்டேன். பரி கூப்பிட்டாரு. கௌதம் கூப்பிட்டான். குரைக்கலை. முனங்கக் கூட இல்லை'

ராமராஜன் அவள் அழுவதையே பார்த்துக்கொண்டு வெளியில் நின்றான். நடைபாதையில் இருந்த ஒரு எண்ணெயும் குங்குமமுமாகச் சாய்ந்திருந்த கருப்புக் கல்லிலிருந்து மழைத் தண்ணீர் வினோதப் புள்ளிகளாக இறங்கியது. மேலிருந்து கால் வரை அவனுக்குக் கல்லாகி வருவது போலவும் அல்லது இதுவரை கல்லாக இருந்தவை மேல் காலாகி வருவது போலவும் இருந்தது. என்ன நடக்கிறது என்று புரியாமல் ஆட்டோ டிரைவர் 'என்ன விஷயம் அண்ணாச்சி?' என்று கேட்டதற்கு ராமராஜனால் எந்த பதிலையும் சொல்ல முடியவில்லை. மஞ்சளும் கருப்புமாக இருக்கிற ஒரு குகை சுலோச்சனாவை விழுங்கிக்கொண்டு இருப்பதாக அவனுக்குத் தோன்றியது.

'பூபதியும் போயிட்டான். இவளும் போயிருவா போல இருக்கு' என்று சுலோச்சனா தலையை அங்கே இங்கே உருட்டி அழுததிலும் கையை ஆட்டோவில் குத்தியதிலும் அவளுடைய சேலைத் தலைப்பு முற்றிலும் தோளைவிட்டு விலகி, மடியில் கிடந்த நாய்க்குட்டியை மூடுவது போல் கலைந்து கிடந்தது.

மழை அனேகமாக வெறித்துவிட்டதில் அங்கங்கே ஒதுங்கி நின்றவர்கள் எல்லாம் நடைபாதை ஓரமாகவும் சாலையிலும் இறங்கி நடக்க ஆரம்பித்து இருந்தார்கள். இப்படி ஒரு பெண் பக்கத்தில் இருக்க, இன்னொரு பெண் ஆட்டோவில் இருந்து உரக்க அழுவதைக் கவனித்துக் கொஞ்சம் பக்கத்தில் வந்து நின்று உற்றுப் பார்த்தார்கள். சிவப்பு டிராயரோடு ஒருத்தர் சாரத்தை அவிழ்த்து மழைக்குத் தலையில் போட்டிருந்தார்.

ராமராஜனுக்கு எல்லோரும் சுலோச்சனாவை அந்த நிலைமையில் பார்ப்பது கஷ்டமாக இருந்தது. காந்திமதியிடம் சுலோச்சனாவின் சேலைத் தலைப்பை எப்படிச் சரி செய்யச் சொல்வது என்று தெரியவில்லை. 'காந்தி, எல்லாரும் பார்க்காங்க பாரு' என்றான்.

சுலோச்சனா இருக்கிற வலது ஓரமாக வந்து, 'சுலோச்சனா, சுலோச்சனா' என்று அவளுடைய தோளைப் பிடித்து உலுக்கி, 'சரியா நிமிந்து உக்காருங்க போவோம்' என்று சொல்லவும் சுலோச்சனா சேலைத்தலைப்பை எடுத்துத் தோளில் போட்டுக்கொண்டு காந்திமதி மேல் அப்படியே சாய்ந்துகொண்டாள்.

'பரி நம்பர் சொல்லுங்க சுலோச்சனா. நான் தகவல் சொல்லீருதேன்' என்று சொல்லிக்கொண்டே புறப்பட்டு அதிர்ந்து கொண்டிருந்த ஆட்டோவில் ஏறிய போது ராமராஜனுக்கு, காந்திமதி போல சுலோச்சனாவும் இன்னொரு பெயர், அதற்கு மேல் என்ன என்று தோன்றியது.

ஆனந்த விகடன்   28.11.2018

✿✿✿

நதியானவள்

ஜெயக்கொடியை எல்லோரும் ஜெயா என்றுதான் கூப்பிடுவார்கள். ஏஞ்சல் டெய்லர்ஸ் ஆரம்பித்த பிறகு ஆறு மெஷின்களிலும் வேலைபார்க்கிற பெண்கள் ஜெயாம்மா என்று சொல்கிறார்கள். கொடி என்று கூப்பிடுவது மங்களம் மட்டும் தான்.

காலையில் கூப்பிட்டால் அனேகமாக அவள் முந்தின தினம் கண்ட கனவுகளைப் பற்றிச் சொல்ல இருக்கும். அதை அவ்வளவு உடனடியாகச் சொல்ல வேண்டிய அவசியமே இராது. நாளை, நாளை மறுநாள் அல்லது பத்து நாட்கள் கழித்துக் கூடச் சொல்லலாம். ஒன்றும் கெட்டுப் போகாது. ஆனால் எல்லாம் வினோதமாக இருக்கும்.

பாறைகள் பற்றிய கனவு அவளுக்கு நிறைய வரும். பாறைகள் எங்காவது தீப்பிடிக்குமா? திகு திகு என்று காய்ந்த பனை ஓலை எரிவது போலப் பாறைகள் தீப்பிடித்து எரியும் கனவு மங்களத்திற்கு வந்திருக்கிறது. அடுப்புக் கூட்டுவது போல மூன்று கல் கிடக்கிறது. அதன் ஊடாக ஒரு பெரிய பாம்பு ஊர்ந்து செல்கிறது. அந்த முக்கட்டுக் கல்லுக்குள் இருந்து வெளிவந்தவுடன் பாம்பின் தலை முதல் வால் வரை செம்பு நிறத்தில் நெளிந்து செல்லும் ஒரு உலோகப் பாம்பாகிவிடுகிறது. ஒரு கொரில்லா போன்ற மனிதக் குரங்கு, உறைந்து கிடக்கும் பனிப்பாளங்களைக் கடித்துத் தின்கிறதும் துப்புகிறதாகவும் இருக்கிறது. பனித் துகள்கள் அதன் நெஞ்சு ரோமங்களில் விழுந்து உருகி ரோமத்தின் நுனியில் திரண்டு நிற்கிறது. ஒரு கூட்ஸ் வண்டியின் ஒற்றைப் பெட்டி மாத்திரம் வீடு

மாதிரி. மங்களம் அதில் சமையல் செய்துகொண்டே சவுரி முடி கட்டுகிற ஒரு பெண்ணுடன் பேசிக்கொள்கிறாள். அந்தப் பெண் உடம்பில் பொட்டுத் துணி இல்லை.

சமீபத்தில் அவள் அழுதுகொண்டே சொன்ன கனவு. கோவில் என்ற உணர்வை உண்டாக்குகிற அடுக்கடுக்கான கல் தூண்கள் உள்ள ஒரு மண்டபம். அதன் நடுச் சவுக்கத்தில் ஒரு குட்டி யானை இறந்து கிடக்கிறது. உடம்பின் மேல் மயில் கழுத்து நிறத்தில் போர்த்தியிருந்த ஒரு பட்டு. வரி வரியாக மஞ்சளும் வெள்ளையுமான பூ மாலைகள். இன்னும் முழுதாகக் கூட வளராத தும்பிக்கையில் ஒரு தாமரைப் பூவைச் சுருட்டி ஏந்தியிருக்க, ஒருஅகல் விளக்கில் திரியிடும் முகம் போலக் குவிந்து தளர்ந்த அதன் கீழ்த்தாடையில் ஒரு சிரிப்பு இருக்கிறது. அந்தச் சிரிப்பு மாரார் ஸ்டுடியோவில் எடுத்த குடும்பப் படத்தில் இருக்கும் மூன்று வயது ராஜியின் சிரிப்பே தான். அந்த மயில் கழுத்து நிறத்தில் ராஜிக்கு ஒரு பட்டுப் பாவாடை கூட உண்டு.

ராஜி என்கிற ராஜேஸ்வரி ஏன் அப்படி இறந்தாள் என்று இன்றுவரை மங்களத்திற்குத் தெரியவே இல்லை. ப்ளஸ் டூ முடித்து, அவளுக்குப் பிடித்த பி.காம் படிப்பில் சேர்ந்து முதல் வருடம் கூட முடியவில்லை. ராஜி சொல்லிக்கொண்டே இருப்பாளாம். படிப்பு முடித்து அவளுடைய அப்பா சேகர் மாதிரி பாங்க் வேலைக்குப் போக மாட்டாள். அப்பா இறந்து போனதால் கருணை அடிப்படையில் வேலை தந்தால் கூட வேண்டாம். அவளே சி.ஏ எக்ஸாம் எழுதுவாள். ஆடிட்டர் ஆவாள்.. அதற்குப் பிறகு மங்களம் இப்படிக் கோர்ட் கிளார்க் வேலைக்குப் போய் நாள் முழுவதும் டைப்ரைட்டிங் மெஷினைக் கட்டிக்கொண்டு அழவேண்டாம். வீட்டுக்கு வந்து விரலை உருவி உருவி விட அவசியமே இல்லை. அப்படியெல்லாம் அவள் மங்களத்திடம் சொல்லியிருக்கிறாள். ஆனால் எதனாலோ அப்படிச் செய்துகொண்டாள். ஏன் சேகருக்கு அந்த விபத்து நடந்தது? மங்களத்துக்கு எதனால் என்பதை நிறைய விஷயங்களில் கேட்க முடியாமலே தான் போயிற்று.

இறந்து கிடந்த யானைக்குட்டி ராஜியே தான். அவள் தான் இத்தனை வருடங்கள் கழித்து சொப்பனத்தில் வந்து எதையோ சொல்கிறாள். எதற்கு அப்படிச் சிரிக்கிறாள்? எதற்கு அப்படி ஒரு தாமரைப் பூவைத் தும்பிக்கையில் வைத்திருக்கிறாள்? என்று எல்லாம் மங்களம் ஃபோனில் ஜெயக்கொடியிடம் அழுதிருக்கிறாள். அப்படித்தான் இன்றைக்கும் எதையோ சொல்லப் போகிறாள் என்று ஜெயக்கொடி நினைத்தாள்.

வண்ணதாசன் } 91

மங்களம் இன்று ஆரம்பித்த விதமே வேறு. 'காஃபி எல்லாம் ஆச்சா கொடி?' என்றாள், 'சங்கராபுரம் படித்துறை முங்கி ஆத்துல தண்ணி போகுதாமே, அப்படியா? நீ அதைத் தாண்டித் தானே ஏஞ்சல்ஸுக்குப் போவே?' என்றாள். 'சொல்லு' என்று மாத்திரம் ஜெயக்கொடி சொன்னாள். இதுவரை மங்களம் எதுவுமே சொல்லவில்லை. இனிமேல் தான் சொல்லவே போகிறாள் என்று காத்திருந்தாள்.

ஆனால் பாலத்திலிருந்தே ஆறு நிரம்பிப் போகிற காட்சி அவளுக்குத் தெரிந்தது. நிறையப் பேர் நடுப்பாலத்தில் வாகனங்களின் வேகத்தை மட்டுப்படுத்திப் பார்த்துவிட்டு நகர்ந்தார்கள். ஒரு ஆட்டோ டிரைவர் ஓரமாக நிறுத்தி நடைமேடையில் ஒரு குதி குதித்து ஏறினார். ஓடுகிற ஆற்றை பார்த்து நிற்கும் அவர் முகத்தில் சாயும் வெயில் மினுங்கியது. ஜெயக்கொடி மினுங்கலின் திசையில் தற்செயலாகச் சிரித்தாள். அவருக்கு ரொம்ப சந்தோஷம். 'தண்ணியைப் பாருங்க. குதிச்சிரலாம் போல இருக்கு' என்றார். அது ஞாபகம் வந்தது.

'கொடி. ஒரு உதவி பண்ணனுமே நீயி' என்றாள். 'வருஷா வருஷம் அம்மனை ஆத்தில விடுகிறதுக்கு உன் கிட்டே தானே கொடுத்துவிடுவேன். இந்தத் தடவை நானும் உன் கூட வந்துடலாம்னு தோணுது' என்றாள். மங்களம் ஒவ்வொரு தடவையும் அம்மனை அவளே செய்வாள். மஞ்சள் பொடியைத் தண்ணீர்விட்டுப் பிசைந்து உருட்டி கைவாக்கில் செய்வாள். உரித்த வெள்ளைப் பூண்டுப் பல்லில் வாகான இரண்டு எடுத்து, பொடி மிளகாகப் பார்த்துப் பதித்துக் கண்கள் ஆக்குவாள். கை தூரத்திற்குத் தள்ளி வைத்துப் பிடித்துக் கொண்டு ,'இந்தத் தடவை உருவம் நல்லா அமைஞ்சிருக்கு அல்லவா?' என்று ஜெயக்கொடியிடம் கேட்பது போல அவளிடமே சொல்லிக்கொள்வாள். உருவம் என்று சொல்வாளே தவிர, வாய் தவறிக் கூட அம்மன் என்று சொல்ல மாட்டாள்.

ஜெயக்கொடியைப் பொறுத்தவரை அது அம்மன் என்று சொல்கிற வகையில் திருத்தமாக எல்லாம் மூக்கு முழி என்று இராது. நேர்த்திக் கடனுக்குத் தொட்டில் கட்டி, வளையல் சார்த்தி வன்னிமரத்தடியில் வைத்த இசக்கி அம்மன் சுடுமண் பொம்மைகள் போல இருக்கும். துடிக்குக் குறைச்சல் இராது. நாக்கைத் துருத்துகிற மாதிரிக் கற்பனை செய்தால் கொடைக்குக் காளி வேஷம் போடுகிற ஈ.பி. லைன்மேன் வேலு முகம் எதிரே வந்துவிடும். அவர் மெலிவுக்கு காளியின் மார்புக்குச் செய்திருக்கிற ஜோடனை பொருத்தமாக இருக்காது.

ஜெயக்கொடிக்கு மங்களத்தின் யோசனை பிடித்திருந்தது. உடனடியாக மனம் இன்றைய தினத்தை அவளுக்கு மட்டும் விடுமுறையாக அறிவித்தது. அவளுடன் இப்போதெல்லாம் பண்டிகைக் காலங்களில் நின்று கட்டிங் செய்கிற பியூலாவிடம் இன்று பொறுப்பைக் கொடுத்துவிடும் முடிவுக்கு வந்தாள். தையலை மற்றவர்கள் பார்த்துக்கொள்வார்கள். மேலும் ஜெயக்கொடி போலப் பிசிறு இல்லாத அளவில் மார்க் செய்து கத்தரிப்பது தவிர. இவளைப் போலவே சிரித்துக்கொண்டே தேவைப்பட்டால் வாடிக்கையாளரிடம் ஒரு சிறிய வாய்தா சொல்ல பியூலா பழகியிருந்தாள்.

மங்களம் கூட ஒன்றாக வெளியே போய் வெகு காலம் ஆயிற்று. ஆரம்பத்தில் ஜெயக்கொடி அவளுடைய விவாக ரத்துக்காக கோர்ட்டுக்கு அலைந்துகொண்டிருக்கும் போதுதான் மங்களமே பழக்கம் ஆனாள். கோர்ட்டாருக்கு வலது பக்கம் உட்கார்ந்து குனிந்த வாக்கில் டைப் அடிப்பதும் ஒருவித மரியாதையான கோணத்தில் முகத்தை வைத்துக்கொண்டு அடுத்த சொல்லுக்காகக் காத்திருப்பதுமான மங்களத்தின் முகம் காகிதக் கூழால் செய்யப்பட்ட ஒரு வர்ணம் பூசப்படாத பொம்மை போல ஜெயக்கொடிக்கு இருக்கும்.

ஒரு தடவை கோர்ட் கேண்டீனில் வைத்து ஜெயக்கொடி தான் மங்களம் பக்கத்தில் போய் உட்கார்ந்தாள். ஜெயக்கொடி நல்ல உயரம். வாட்ட சாட்டம். நூல் புடவை ரொம்பப் பொருந்தியிருந்தது. ஜெயக்கொடியின் வக்கீல் வந்து 'வேறு எதுவும் வேண்டுமா' என்று கேட்டுவிட்டு மங்களத்திடமும் 'மேடம், நீங்க ஏதாவது சாப்பிடுதீங்களா?' என்று பவ்வியத்துடன் கேட்டார். மங்களம் கையசைப்பால் மட்டும் மறுத்து, அவள் முன்னால் இருந்த சம்புடத்தில் இருந்து தயிர் சோற்றையும் மோர் மிளகாயையும் வாயில் இட்டுக் குனிந்துகொண்டாள்.

வக்கீல் போன பின்பு, தண்ணீர் பாட்டிலைத் திறந்து ஒரு மடக்குத் தண்ணீர் குடித்தாள். கத்தரிப் பூ நிறத்தில் இருந்த அந்த தண்ணீர் பாட்டிலை ஜெயக்கொடிக்குப் பிடித்திருந்தது. பார்வையால் தண்ணீர் கேட்பதாக நினைத்து மங்களம் தண்ணீர் பாட்டிலை எடுத்து நீட்டி, வக்கீலின் இனிஷியலுடன் பேரைச் சொல்லி, அவர்தான் ஜெயக்கொடியின் கேஸை நடத்துகிறாரா என்றாள். அவரில்லை அவருடைய சீனியர் என்றதும் சிரித்தாள். 'பத்திரமா இருக்கணும்.' என்றாள். அவளே 'பத்திரம்னா பத்திரம். உங்க வயசுக்கு அவ்வளவு சொன்னாப் போறாதா?' என்றாள்.

ஜெயக்கொடியிடம் இருந்து வாங்கின பாட்டிலில் மேலும் ஒரு மடக்குக் குடித்துவிட்டு, 'நீங்க இப்படி ஜெயக்கொடியா இருக்கிறதே. போதும். உங்களைப் பொறுத்தவரை வீட்டில உடுத்தின சேலையே கோர்ட்டுக்கு அதிகம் தான்' என்று சொல்லிவிட்டுக் கைகழுவ எழுந்து போய்விட்டாள்.

அதற்கப்புறம் எவ்வளவோ மங்களம் உதவி செய்தாள். எதிர்க் கட்சி வக்கீல் குமாஸ்தா, பெஞ்ச் கிளார்க், ரிஜிஸ்ட்ரார் என்று தீர்ப்பு நகல் கையில் கிடைக்கிறவரை ஜெயக்கொடிக்கு நிறைய உதவி. கோர்ட்டுக்கு வெளியேயும் ஒருவருக்கு ஒருவர் பார்த்துக்கொண்டார்கள். பேசிக்கொண்டார்கள். ஒருத்தர் கையை ஒருத்தர் பிடித்துக் கொண்டார்கள். யாரும் யோசித்துக் காய் நகர்த்தவில்லை. இந்தத் தெருவழியாகப் போனால் அந்தத் தெருவுக்குப் போய்ச் சேரும் என்று வழி சொல்லவில்லை. இன்றைக்கு வெயிலடிக்கும், நாளைக்கு மழை பெய்யும் என்று குடை உபயோகம் பற்றி உபதேசம் செய்யவில்லை. ஆனால் தானாக மங்களமும் ஜெயக்கொடியும் நெருக்கமாகிவிட்டார்கள்.

ஜெயக்கொடி மங்களத்திடம் ஒப்புதல் சொல்லும் போது, அவளுக்கு முன்னால் அந்த தினம் வெவ்வேறு கிளைகளுடன் அடர்ந்துகொண்டே போயிற்று. அதை அவளுக்கே உரிய வேகத்துடன் விஸ்தரித்துக்கொண்டே மங்களத்திடம், 'ஒரு சின்ன மாறுதல். சங்கராபுரத்துக்குப் பதிலா நாம் மூலந்துறைக்கே போகிறோம். உன்னுடைய அம்மன் தலையணையிலயே முங்கிக் குளிக்கட்டுமே.' என்று சொல்லி, 'உருவாய் அருவாய், உளதாய் இலதாய் ' என்றாள். மங்களம் அடிக்கடி சொல்கிற வரிகள் அவை.

'சனி ஞாயிறு கொடி. திரும்பின பக்கம் எல்லாம் வேனும் காருமா டூரிஸ்ட் கூட்டம் கச கசண்ணு இருக்கும்' என்று மறுபக்கத்தில் தயங்கினாள்.

'நீ சொல்கிற மாதிரி இன்றைக்கு ஒரு நாள் கச கசண்ணு இருக்கட்டுமே. இன்றைக்கு ஜெயக்கொடிக்கும் மங்களத்துக்கும் இந்த ஊரு இல்லை. அவங்க ரெண்டு பேருமே வெளியூரு டூரிஸ்ட். அப்படி யோசிச்சுப் பாரு. சரியாப் போகும்.' இதை ஜெயக்கொடி மங்களத்திடம் சொல்லும் போதே அவளுக்குப் பிடித்துப் போய்விட்டது.

'கொடி, நாம ஒரு ட்ரிப்பு காசிக்குப் போகணும்' என்று சொன்னாள். இதைச் சொல்லும் போது மங்களத்திற்கு ரொம்ப காலத்திற்குப் பிறகு சேகரின் நினைவு வந்துவிட்டது. எதனால்

வந்தது என்று தெரியவில்லை. சேகரும் அவளும் ஒரு தடவை கூடக் காசியைப் பற்றிப் பேசிக்கொண்டதே இல்லை. மங்களம் சேகருடன் கங்கையில் ஒரு படகில் போவது போன்ற கற்பனை எப்படி வந்தது? சேகர் ஒரு பெங்காலி பாபு போல உடையணிந்திருக்கிறான். அது இரவாக இருக்கிறது. சேகர் அகல் விளக்குகளைப் பொருத்தி மங்களத்திடம் கொடுக்கிறான். அவள் குனிந்து குனிந்து கங்கையில் விடுகிறாள். விடவிட எடுத்துத் தந்துகொண்டே இருக்கிறான். படகு ஒரு தானியக் குதிர் போல அள்ள அள்ளத் தீராத அகலும் சுடருமாக வந்துகொண்டே இருக்கிறது.

அவள் சேகரை நினைத்துக்கொண்டே அம்மன் உருவத்தை எடுத்துவைத்தாள். சில தடவை மஞ்சள் கருத்துப் போகும். ஒன்றிரண்டு முறை நெற்றிப் பக்கம் அல்லது முகவாய்ப்பக்கம் எல்லாம் கீறல் விழுந்து வெடித்திருக்கிறது. இந்த முறை அப்படியே இருந்தது. அதன் முகம் ராஜி போல இருக்கிறதாகக் கூட இன்றைக்குத் தோன்றுகிறது. அன்றைக்கு வைத்த செம்பருத்தி, மல்லிகை மாலை, கதம்பச் சரம் எல்லாவற்றையும் சேர்த்து ஒரு பாலிதீன் பையில் வைத்தாள்.

இந்த முறை ஆற்றில் எறிந்துவிடுவதற்குப் பதிலாக ஒரு வெற்றிலையில் சூடன் பொருத்தி ஒரு தட்டில் வைத்து ஆரத்தியாக விட்டுவிடலாம் என்று அதற்கான ஏற்பாடுகளைச் செய்து முடிக்கவும் ஜெயக்கொடியின் ஸ்கூட்டி சத்தம் கேட்கவும் சரியாக இருந்தது.

கொஞ்சம் சீக்கிரமே வந்துவிட்டதால் மூலந்துறையில் இன்னும் கூட்டம் வரவில்லை. தெற்கே இருந்து வருகிறவர்கள் வேலாண்டி மலைக்கோயில் போய்விட்டு வருவார்கள். மேற்கே இருந்து வருகிறவர்கள் அவ்வையார் அருவியில் குளித்துவிட்டு வருவார்கள். புரட்டாசி ஐப்பசியில் அருவியில் நீர் வரத்து இருக்கும்.

ஜெயக்கொடி தன்னை ஒரு சுற்றுலாப் பயணியாகவே பாவித்துக்கொண்டாள். உடையில் மாறுதல் இல்லாவிட்டாலும் கூந்தலைத் தளர்த்திவிட்டுக் கருப்புக் கண்ணாடி அணிந்திருந்தாள். ஒரு கட்டில் இருந்து அவிழ்த்துக்கொண்டு விருப்பத்துடன் தப்பித்து வந்த ஒரு வளர்ப்பு மிருகம் போல இங்கும் அங்கும் நகர்ந்து கொண்டே இருந்தாள். அப்படி நகர்வதன் மூலம் தட்டுப்படும் ஒரு வனத்தின் நுனியின் வழியாகத் திரும்பிவர முடியாத காட்டுக்குள் புகுந்துவிட விரும்பும் மோப்பத்தை அவள் பிடித்துக்கொண்டே இருப்பதாக மங்களம் நினைத்தாள்.

ஒவ்வொருத்தரையும் ஒரு குறிப்பிட்ட சத்தத்தில் இருந்து அப்புறப் படுத்தினால் அவர்கள் வேறு ஒருவர் ஆகிவிடுவார்கள் என்று தெரிந்தது. ஜெயக்கொடி தையல் மெஷின்களின் சத்தத்தை விட்டுவிட்டு வந்ததும் வேறு ஒருத்தி ஆகிவிட்டதாகவே இருந்தது. மங்களம் இரு சுட்டுவிரல்களாலும் இடது வலது காதுகளைப் பொத்துவதாகவும் எடுப்பதாகவும் ஆன விளையாட்டில் தன் பக்கத்தில் டைப்ரைட்டிங் மெஷின் சத்தம் கேட்கிறதா எனச் சோதித்தாள். கேட்கவில்லை என அவளே முடிவு செய்து, தன்னைத் தானே ஒரு முறை சுழற்றிக்கொண்டாள்.

கோர்ட்டில் மங்களத்தைப் பார்த்திருந்த வகையில் இரண்டு போலீஸ்காரர்கள் அவள் பக்கம் வந்து நலம் விசாரித்தார்கள். தேநீர் குடிக்கிறீர்களா என்று கேட்டார்கள். அவள் ஜெயக்கொடியின் ஸ்கூட்டியைப் பார்க் செய்திருக்கும் இடத்தைக் காட்டி, குரங்குகளின் தொந்தரவு இல்லாமல் பார்த்துக்கொள்ளச் சொன்னாள். அவர்கள் ஒரு பயமும் அவசியமில்லை. பார்த்துக்கொள்கிறோம். மெதுவாகக் குளித்துவிட்டு வாருங்கள் என்று உத்தரவாதம் தந்தார்கள்.

ஜெயக்கொடி வழுவழுப்பான மூன்று குத்துக்கல்கள் ஒன்றில் கால்மேல் காலிட்டு உட்கார்ந்திருந்தாள். மக்காச் சோளம் சுட்டு விற்பவர்களின் தள்ளு வண்டிகள், மாங்காய்ப் பத்தை விற்பவர்கள், கோன் ஐஸ் விற்பவர்கள் வரிசை அந்தப் பக்கம் இருந்தது. ஒரு பள்ளம் போல இறங்கும் பகுதியில் மற்ற தேநீர்க் கடைகள், ஹோட்டல்கள் இருந்தன. ஜெயக்கொடி அங்கிருந்து கொண்டே மங்களத்தை அவள் இருக்குமிடத்துக்கு வரச் சொன்னாள். தன்னை ஒரு ஆணின் அசைவுகளோடு ஜெயக்கொடி வைத்திருப்பது போல இருந்தது. அந்தப் பழக்கமற்ற ஆணை மங்களத்திற்குப் பிடித்திருந்தது

மங்களம் பக்கத்தில் போனதும் ஜெயக்கொடி ஒரு கதாநாயகன் போலக் குதித்து, மக்காச் சோளம் சுடும் பாட்டியிடம் போய், இரண்டை எடுத்துக் கொண்டு ஒன்றை மங்களத்திடம் நீட்டினாள். மக்காச் சோளம் விற்கிற பாட்டி பக்கத்தில் ஒரு கிழட்டுக் குரங்கு உட்கார்ந்து மக்காச் சோளம் கடித்துக்கோண்டு இருந்தது. கையில் இருக்கிற நீண்ட சாட்டைக் கம்பைக் காற்றில் வீசி, தரையில் தட்டி, ‘ஒண்ணு கொடுத்தாச்சுல்ல. போயிரணும்’ என்று பேசுகிற குரலில் குரங்கிடம் சொல்லிக் கொண்டு இருந்தாள். அது கேட்பது போலவும், அதுவே இன்னொரு சோளக் கொண்டையை எடுத்துக்கொள்ளப் போவது போலவும் உள்ளங்கையை நீட்டியபடியே இருந்தது. குரங்கின் முதிர்ந்த மார்புகள் சிவந்த

காம்போடு தொய்ந்து கிடந்தன. அடுத்தடுத்த நொடிகளில் மங்களம் அந்தப் பாட்டியை ஜெயக்கொடியை தன்னை எல்லாம் கழுத்துக்குக் கீழ் பார்த்துத் திரும்பிக்கொண்டாள்.

இப்போது ஒன்றும் வேண்டாம். மூலந்துறையில் அம்மனை விட்டபின் சாப்பிடுவதாகச் சொல்லி மங்களம் மறுத்ததும், ஜெயக்கொடி உபரியாக இருந்த சோளத்தை அந்தக் குரங்கிடம் நீட்டினாள். பிடுங்குவது போல அதை வாங்கிக்கொண்டு அது சற்றுத் தள்ளிப்போக, வேறு சில குரங்குகள் குடும்பமாகச் சரிந்து பெரிய நாவல் மரத்தில் இருந்து கீழே இறங்கின. ஜெயக்கொடி எந்தச் சலனமும் இல்லாமல் மக்காச் சோளம் சாப்பிடுகிற தோற்றம் அழகாக இருந்தது. அங்கங்கே கருகிய முத்துக்களுடன், தீக்கங்கு பறக்கிற அடுப்பு பின்னால் இருக்க,முன் பற்களால் நாசூக்காகக் கடித்துத் தின்கிற, அகலக் கருப்புக் கண்ணாடி முகத்துடன் அவளைத் தன் மொபைலில் எடுத்த படங்களை மங்களம் பார்த்துக் கொண்டாள். சேகர் தன்னுடைய கல்லூரி நண்பர்களுடன் மகாபலிபுரத்தில் நிற்கிற படத்தில் கருப்புக் கண்ணாடி இருக்கும்.

அவளுடன் தன்னை ஒரு செல்ஃபி எடுத்துக்கொண்டால் என்ன என்று மங்களத்திற்கு ஆவல் வந்த சமயம், ஜெயக்கொடி அந்தக் குத்துக் கல்லில் இருந்து குதித்து, ‘பாட்டிம்மா ‘வரட்டுமா’ என்று விடை சொல்லியபடி,

‘போகலாமா மங்க்ஸ்’ என்று சிரித்தாள். இதுவரை ஜெயக்கொடி அவளை முழுப்பெயர் சொல்லித்தான் கூப்பிட்டிருக்கிறாள். மங்களம் என்பதை மங்கா என்று கூடக் கூப்பிட்டதில்லை. இன்றைக்கு மங்க்ஸ் என்கிறாள். சேகரும் அவள் பெயரைச் சுருக்கி ஒரு நாளும் கூப்பிட்டதில்லை. அப்படிச் சுருக்கிக் கூப்பிட்டது ஒரு பரபரப்பில் அவளை வைத்திருந்தது.

மங்களம் ஒன்றுமே சொல்லாமல் நடந்தாள். ஜெயக்கொடி ஸ்கூட்டியை நிறுத்திய இடத்திற்குப் போய், மாற்று உடைகள் இருக்கிற பையைத் தன் கையில் வைத்துக்கொண்டாள். ஆற்றில் விடவேண்டிய அம்மன், அது சம்பந்தப்பட்ட பூஜை சாமான்கள் அடங்கிய பையை மங்களத்திடம் கொடுத்துவிட்டு முன்னால் நடந்து, ஒரு சிறு முடிச்சுப் போல நின்று பேசிக்கொண்டு இருந்த போலீஸ்காரரிடம் ‘வந்துவிடுகிறோம்’ என்று சிரித்தது வசீகரமாக இருந்தது. பைக்கின் மேல் உட்கார்ந்திருந்த ஒரு காவலர், அவசரமாக இறங்கி ஒரு உயர் அதிகாரிக்குச் செய்கிற மரியாதையுடன் சல்யூட்

வைத்தார். மங்களத்துக்கு ஜெயக்கொடியுடன் போய் ஒன்றாக நடந்து போகத் தோன்றியது.

எப்போதும் அந்த இடத்தில் தான் தாழம்பூ விற்கிறவர்கள் நிற்பார்கள். மூலந்துறைத் தாழம்பூ அவ்வளவு விஷேசம். மடலும் வாசமும் அப்படி இருக்கும். அந்தத் தாழம்பூவை அவர்கள் வைத்திருக்கிற கூடை, அதைப் பொட்டலமாகக் கட்டிக்கொடுக்காமல் கூவை இலையில் முழுதாக வைத்துப் பிரசாதம் போல நீட்டுகிற விதம் எல்லாம் வேறு எங்கும் பார்க்க முடியாது. இன்றைக்கும் அதே இடத்தில் இரண்டு மூன்று பேராக நின்றார்கள். பூவை விற்பது போலச் சத்தம் கொடுக்க மாட்டார்கள். நாமாகப் போய் வாங்கிக் கொள்ள வேண்டும். ஒருத்தரிடம் வாங்க நிற்கிறவரை தன் பக்கம் வரச் சொல்லி அடுத்த பூக்காரர் கூப்பிடமாட்டார். அப்படி ஒரு ஐதீகம்.

ஜெயக்கொடி, மங்களம் சொல்லாமலே இரண்டு பூ வாங்கிப் பிள்ளையை ஏந்துவது போல அவளே கையில் கொண்டுவந்தாள். ஒரு ஆளுயர மர பீரோ போல ஜெயக்கொடி இருக்க, அதை அகலமாகத் திறந்து தாழம்பூ மடலை பீரோவின் இரண்டாம் தட்டில் இருக்கும் தன் சேலை மடிப்புகளுக்குள் மங்களம் புதைத்துக் கொண்டாள்.

தரையெல்லாம் அந்தக் காலத்துக் கல் தளம். மறுபடியும் ஒரு கல் பாலம் வரும். படித்துறைக்குப் போவதற்கு முன்னும் கல் மண்டபம் வரும். அந்தக் கல் மண்டபத்தில் ஒரு காலத்திலும் வெயில் பட்டிருக்காது. அந்த இடமும் குளிர்ந்தாற் போலவே எப்போதும். மண்டபத் தூணைத் தொட்டால் அதற்குள் தண்ணீர் தாரைதாரையாக இறங்குவது போல இருக்கும். காதை வைத்துப் பார்த்தால் தண்ணீர் ஓடும் சத்தம் கேட்கும்.

அதைத் தாண்டினால் தான் மூலந்துறையில் ஆறு பொங்கி ஓடுவது தெரியும். பாறைகள் உருள்கிற மாதிரி தண்ணீருக்கு எப்படிச் சத்தம் உண்டாகும்?. அதுவரைக்கும் அந்தச் சத்தத்தை அடைத்துவைத்திருக்கும் மாயம் எது? காற்றில் கூடத் தண்ணீரின் உறுமல் கேட்காத வினோதம் எப்படி நிகழ்கிறது? இத்தனைக்கும் கொஞ்சம் மூலந்துறைக்கு மேலே தலையணைக்குப் போனால் அத்தனை பாறையிலும் தண்ணீர் குடைந்து பாய்ந்த துளையும் குழியும் இருக்கும். இங்கே வரும் வரை அந்த ஆவேசத்தின் அடையாளமே கிடையாது.

மங்களம் எல்லாப் பாறைகளையும் எல்லாத் தூண்களையும் இதுதான் முதல் தடவை போல, இது தான் கடைசித் தடவை போலத் தொட்டுக்கொண்டே வந்தாள். ஜெயக்கொடியைப் பார்க்கும் போதும் ஒரு கல் தூண் போலத்தான், மங்களத்துக்கு இருந்தது. அவளின் நெஞ்சில் காதுவைத்துப் பார்த்தால் நீர்த்தாரை இறங்கிவழியும் சத்தம் கேட்கும் என்று நினைத்தாள். இந்த மண்டபம் பூராவும் தீப்பிடித்து எரிந்தால் எப்படி இருக்கும் என்று மங்களம் யோசித்தாள். அவள் கனவில் எரிந்தது போல கல்தூண்கள் எரிவதைப் பார்க்க முடிந்தது. ஜெயக்கொடி, மண்டபத்தில் கால் நீட்டிக் கல்லாய்ச் சமைந்து அப்படியே உட்கார்ந்திருந்தாள்.. அப்படியே ஜுவாலையிட்டு எரிந்துகொண்டு இருந்தாள். கூவை இலையில் தாழம்பூ அப்படியே மணந்துகொண்டு பச்சையும் மஞ்சளுமாய் முள்ளும் கள்ளுமாக அந்தக் கல் தீயைப் பார்த்துக் கிடந்தது.

மங்களம் மூலந்துறைப் படித்துறையில் கால் வைத்தாள். களக் களக் என்று தண்ணீரைச் சிதறடித்து நீந்திக்கொண்டு அகாலத்திலிருந்து கருமெழுகு திரட்டி வந்து பிளந்த வாயுடன் மீன்கள் அவள் பாதத்தில் கொஞ்சின. அவள் ஆற்றின் சுழலையும் புனலையும் பார்த்துச் சமைந்தவளாக இருந்தாள். பாதத்தின் வழியாக அவள் அந்தப் புரளும் மீன்களுள் இறங்கிப் புரண்டு வாலடித்துத் தண்ணீர் சிலுப்பினாள். குழிந்து சுழலும் தண்ணீரின் ஒரு புள்ளியைக் கவ்வுவது போல் ஒன்றின் மேல் ஒன்றாக மோதும் மீன்களுக்குள் ஒரு மீனாக இருந்ததிலிருந்து அவளாகக் கரையேறிப் படித்துறைக் கல்லில் அமர்ந்தாள். ஏற்கனவே கழுவப்பட்ட படிக்கல்லை இரு கைகளாலும் அள்ளி அள்ளிக் கழுவினாள். உள்ளங் கையிலிருந்து நீர்ப்பளிங்கு நழுவி, கல் கழுவி, கல் செதுக்கி, கற்குழிவிலிருந்து நதியில் வழிந்தது.

மங்களம் எடுத்துவந்திருந்த எல்லாவற்றையும் எடுத்து படிக்கல்லில் வைத்தாள். ஜெயக்கொடி எங்கே இருக்கிறாள் என்று பார்த்தாள். எங்கோ இருப்பாள் என்று நினைத்துக்கொண்டாள். எங்கிருப்பார் எல்லோரும் இங்கிருக்க, இங்கிருப்பார் எல்லோரும் எங்கோ இருப்பார் என்று நம்பினாள். கல்லில் இருந்து யாரும் அகலமுடியாது என்று சிரித்துக்கொண்டாள்.

பூக்களை எடுத்துவைத்தாள். ஏற்கனவே சிவந்த பூக்கள் கல் ஈரத்தில் மேலும் சிவந்தன. வெள்ளைப் பூக்கள் ஈரக் கல்லை மேலும் கருப்பாக்கின. அருகம் புல் பத்தைகள் எல்லாம் பசுங்காடாகிக் காற்றில் அசைந்தன. வெற்றிலை அடுக்குக் கல்லில் கொடிக்கால்

இட்டு மண்டபத் தூணில் படர்ந்தன, வெல்ல அச்சு மஞ்சள் மேருவாகி நிமிர்ந்தது. சூடன் மணந்தது சூடாப் பூவாக. கடைசியாக அம்மனை மஞ்சள் ரூபிணியாக எடுத்துவைத்தாள். மிளகு விழியும் பூண்டுக் கண்ணுமாக அம்மன் பிரவாகம் பார்த்துப் பிரவகித்தாள்.

எல்லாம் தெரிந்தது போல, உணர்ந்தது போல், ஜெயக்கொடி எழுந்துவந்து கொண்டு இருந்தாள். கூவை இலையில் தாழம்பூ ஏந்தி, கல் தூண் நெகிழ்த்தி அவள் வருவதன் அந்தரத்தை மங்களம் பார்க்கையில் கல்மண்டபத்தின் மேலிருந்து யாரோ ஆடை அகற்றி வீசியது காற்றில் நெளிந்து இறங்குவது போல இருந்தது. அந்த நெளிவின் லயத்துடன் இருந்தது ஜெயக்கொடியின் நடை. ஜெயக்கொடி அங்கேயே நீராடியிருந்தாள். உடல் நனைந்து, உடை நனைந்த அவளுடைய உயரம் அலைந்து கலைவதையே மங்களம் பார்த்தாள்.

'இங்கே பாறை ஜாஸ்தி. ஆழம் ஜாஸ்தி. இழுப்பு ஜாஸ்தி.கசம் ஜாஸ்தி' என்று ஜெயக்கொடி அடுத்தடுத்த இடைவெளிகளுடன் மங்களத்திடம் சொன்னாள். அந்த இடைவெளிகளின் நிதானம் கூழாங்கல் போல் ஆற்றில் ஒவ்வொன்றாக அமிழ்ந்தது. அவள் உச்சரிப்பு மாறியிருந்தது. ஜெயக்கொடி ஒரு சொல்லை இத்தனை தடவை சொல்கிறவள் அல்ல. அவள் சாய்ந்திருந்த கல் தூணின், தொட்டு வந்த கல் தூணின் தனித் தனிச் சொல் அவை என்று மங்களம் புரிந்துகொண்டாள்.

'ஒன்றும் ஜாஸ்தி இல்லை. ஒன்றும் கம்மி இல்லை' என்று கை உயர்த்தி நதி பார்த்துக் கும்பிட்டாள். மூன்று முறை முங்கினாள். நதி நீர் இருகைகளிலும் அள்ளி உயர்த்தி அர்ப்பணமாக நதிக்கே வார்த்தாள். முன்னால் வீசி முகம் மறைத்து முங்கித் தீர்த்தமாடிய கூந்தலைப் பின்னுக்கு விசிறியதில் ஒரு நீர்வில் எய்தாள். பூ எடுத்து அர்ச்சித்துப் படித்துறைக் கருங்கல்லில் இருக்கும் அம்மனை வணங்கினாள்.

ஜெயக்கொடி கண்மூடி சூரியன் திசையை வணங்கிக்கொண்டு இருந்தாள். அருகில் வந்து மங்களம் போலவே நீரில் நின்று அம்மனை வணங்கினாள், வெற்றிலை கிள்ளி,வெல்லம் கிள்ளி, நீர் விளாவி, சூடன் காட்டின மங்களத்தைப் பார்த்து 'மஞ்சள் பூசினாயா?' என்று கேட்டாள். 'உன்னையும் சேர்த்து வணங்குகிறேன்' என ஜெயக்கொடி சொன்னாள்.

மங்களம் கைகளில் கூவை இலையை ஜெயக்கொடி வைத்தாள். தாழம்பூவின் வெளிமடல் ஒன்றைப் பிரித்து அகற்றி ஒரு முள்ப் படகு போல நெடுக்கு வாக்கில் பரப்பினாள். அப்புறம் வெற்றிலை மேல் அந்த மஞ்சள் அம்பிகை. அதன் பக்கத்தில் இரண்டு மூன்று சூடன் வில்லை. கையில் தீப்பெட்டியுடன் ஜெயக்கொடி நிற்கையில் மங்களம் இரண்டடி இன்னும் ஆழத்திற்கு இறங்கினாள். ஜெயக்கொடி குச்சியை உரசிச் சூடனை ஏற்ற மங்களம் கைகளை நீட்டிக் குனிந்தாள்.

அப்படியே மூலந்துறைப் பிரவாகத்திற்கு நிமிர்ந்து நின்று மங்களம் ஆரத்தி காட்டினாள். குனிந்து ஆற்றில் விட்டாள். அது அலையோடு அலையாய் சுடர்ந்து அடங்கும் வரை அப்படியே நின்றாள். கூவை இலையிலிருந்து தாழம்பூவின் ஒற்றை மடல் விலகி, வெற்றிலை விலகி, பூ விலகி நீரில் மிதப்பதைப் பார்த்து மீண்டும் கண்மூடி வணங்கினாள்.

ஜெயக்கொடியைப் பார்த்துத் திரும்பி மங்களம் சிரித்தாள். சிரிப்பு மங்களத்தை முழுவதுமாக நிரப்பியிருந்தது. அவள் மேல் பாறையும் பாறை மேல் அவளும் நீர் சுழித்து நுரைத்துப் படர்ந்து வழிந்துகொண்டு பெருகும் கோலம்.

'உன்னைப் பார்த்தால் கும்பிடலாம் போல இருக்கு' என்று ஜெயக்கொடி இப்போதும் சொன்னாள்.

'கும்பிடு' என்று சொன்ன மங்களம் ஒவ்வொரு உடையாகக் களைந்து நதியில் எறிந்தாள். மஞ்சள் பூ ஒன்றிலிருந்து இதழுதிர்த்து உதிர்த்து மஞ்சள் மொக்குக்குத் திரும்பிக்கொண்டு இருந்தாள். மங்களமாக மட்டும் நின்றாள்.

'கும்பிடு' என்று மறுபடி சொன்னவள் ஒரு முறை ஜெயக்கொடியை வணங்கினாள். ஒவ்வொரு திசையாக நான்கு திசைகளையும் வணங்கினாள். தலைக்கு மேல் கைகள் உயர்த்தி நதியை வணங்கியபடி நதியில் மேலும் புகுந்தாள்.

ஜெயக்கொடியால் நதியானவளை நதியாகத்தான் பார்க்க முடிந்தது.

அம்ருதா டிசம்பர்.2018

✿✿✿

வித்தை

அய்யம்மாவை, வயதான சிப்பிப்பாறை நாய், மற்றும் இங்கும் அங்கும் அலகைத் திருப்பி எல்லாத் திசைகளையும் கொத்தும் அந்தக் கிளிக் கூண்டு சகிதமாகக் கூட்டிக்கொண்டு வந்து காரை மீனா நிறுத்தினாள்.

'அய்யம்மாவோடு வந்துக்கிட்டு இருக்கேன்' என்று ஏற்கனவே அழகருக்கு மீனா தகவல் சொல்லியிருந்தாள். அய்யம்மாள் தான் அழகர் செல்பேசி எண்ணை இரண்டு இரண்டு இலக்கமாகத் தெளிவாக உச்சரித்து, 'இன்னைக்கு கொத்துவேலைக்குப் போக வேண்டாம். வீட்டில இருக்கட்டும்.' என்று மீனாவை அவனிடம் தெரிவிக்கக் கேட்டுக்கொண்டதும். மீனா அழகரிடம் கூடுதலாக ஒன்று சொன்னாள். 'அய்யம்மா அம்மையைத் தூக்கிவிட்ட தீக் காலோடு அங்கே வரவேண்டாம். இன்றைக்கு எங்க வீட்டில தங்கிவிட்டு, நாளைக்குக் காலம்பர அங்கே வருவா அழகரு. முடிஞ்சா செத்துப் போன உங்க அத்தைக்காரியோட பைரவருக்கு ஏதாவது கவுச்சி வாங்கி வையிங்க. அது மூணு நாளாகச் சாப்பிடாமல் கிடக்காம். சரியா?'

உள் நடையில் உட்கார்ந்திருந்த அழகர் சத்தம் கேட்டு எழுந்துவந்து வாசல் இரும்புகேட்டை நெருங்குவதற்குள் மீனா கார்க் கதவைத் திறந்து வெளிவந்தாள். அய்யம்மாள் இறங்குவதற்குத் தோதுவாக, வீட்டு வசத்தில் உள்ள வலது கதவைத் திறந்ததும், ஒரு சோர்வு நிரம்பிய குரலில் 'சிப்பி இறங்கு' என்று அய்யம்மா

சத்தம் கொடுத்தாள். அது அவளை முகர்ந்துகொண்டு காரின் பின் சீட்டில் அய்யம்மா பக்கத்திலேயே நின்றது.

'பெயரே சிப்பி தானா? இவ்வளவு நேரம் அதைக் கவனிக்கலையே' என்று மீனா சிரித்தாள். அய்யம்மாவைத் தாண்டிக்கொண்டு அது ஒரு தளர்ந்த சிறு தாவலில் வெளியே குதித்தது. அதனுடைய கால் நகங்கள் உராயும் சத்தம் மேலும் கேட்கவிடாமல் அதுவே பொத்திக்கொள்வது போல, பாதங்களை ஊன்றிக் காற்றை மோப்பம் பிடித்தது. காதுகளையும் வாலையும் விரைப்பாக நிமிர்த்தி வைத்து அழகர் வருவதைப் பார்த்தது.

'பார்த்து இறங்கு' மீனா, அதற்கு மேல் அகலப்படுத்த முடியாத பின் கதவை அதன் கீல்கள் இறுகும்வரை திறந்து காத்திருந்தாள். அய்யம்மாள் ஒரு காலை நிலத்தில் ஊன்றி, ஒரு கையால் கார்க்கதவு விளிம்பைப் பிடித்தபடி இறங்கினாள். மற்றொரு கை அவளுடைய நிறை மாதச் சூல் வயிற்றின் மேல் படிந்திருந்தது. ஒரு வளையல் பூச்சி போல தன் அடுத்த நகர்வுக்கான முன்னுணர்வுடன் தன் உடலை அவள் திருப்பிக்கொண்டு இறங்கினாள். நூல் சேலையில் சிப்பியின் எச்சிலோ சிறுநீரோ பட்டுக் கறையாகியிருந்தது. வாடையும் அதனுடையதாகவே இருக்கும்.

'கிளிக்கூண்டை எடுத்துக்கிடுங்க அழகர். முன்னால இருக்கு பாருங்க' மீனா சொல்லும் போது, அய்யம்மாவையே அழகர் பார்த்துக்கொண்டு இருந்தான். 'சரி, அப்ப நீங்க இவளைப் பிடிச்சு மெதுவா வீட்டுக்குள்ளே கூட்டீட்டுப் போங்க. நான் கூடவே வாரேன்' என்று சொன்னாள். அய்யம்மாள் அழகர் பக்கம் திரும்பி, 'அதை அப்படிப் போஸ்ட் கம்பியில கட்டிப் போடு. ஒண்ணுஞ் செய்யாது' என்று அவள் கால் பக்கம் இருந்த நாயைக் காட்டினாள். தரையில் உரசி உரசி இழுபட்டுக்கொண்டு இருந்த இரும்புச் சங்கிலி உண்டாக்கிய சத்தம் அவளுக்கு ஒரு பல் கூச்சத்தை உண்டு பண்ணியதும் ஒரு காரணம்.

அது மட்டுமல்ல. மேற்கொண்டு நகராமல் அங்கேயே அழகர் அதைக் கட்டிப்போடும் வரை நின்றாள். மீனா இதற்குள் முன் சீட்டில் இருந்த கிளிக்கூண்டை எடுத்தாள். அது ஒரு கண்ணாடிக் கூண்டு போலவும் அதில் இருப்பது ஒரு கண்ணாடிக்கிளி போலவும் எங்கேனும் அது இடிபட்டு உடைந்துவிடக் கூடாது என்ற கவனத்தோடும் ஒரு இழுப்பறையை உருவும் தன்மையில் அவள் அதைச் செய்தாள். அய்யம்மா அதைப் பார்த்துச் சிரித்தாள். 'எங்க அப்பன் எல்லாரையும் போல கம்பியில கூண்டு செய்யாமல்

மரத்தில செஞ்சான். நீங்க அதைக் கண்ணாடியில செஞ்சுட்டது போல இல்லா இருக்கு பார்க்கதுக்கு'

அந்தக் கூண்டைப் பற்றி அய்யம்மா சொல்வதை விட, இப்போது இறந்து போன அய்யம்மாவின் தாயார் பெத்தாச்சி சொல்வதைக் கேட்கவேண்டும். மீனா நேரடியாகவே அதைக் கேட்டு இருக்கிறாள்.

மீனாவுக்கு பெத்தாச்சியை ரொம்பப் பிடிக்கும். மீனாவின் அம்மா ஊர்க்காரி அவள். மீனாவின் அம்மாவிற்கு பெத்தாச்சி இல்லாமல் ஒன்றும் முடியாது. 'பெத்தாச்சியா? அது என்ன பேரு பெத்தாச்சி?' என்றால், 'அது ஒரு பேரு' என்று முடித்துக்கொள்வாள். இன்னும் கேட்டால், 'பேராச்சிண்ணு எல்லாம் இருக்குல்லா. அது போல இது பெத்தாச்சி' என்பாள். விடாமல் அதற்கு மேலும் கேட்டால்' 'இப்படி ஒண்ணொண்ணா நோண்டிக்கிட்டே போனால் நம்மள ஏமாத்தீரும். ஒண்ணுமே இருக்காது கடைசீயில. காத்து என்ன, காத்து என்னண்ணு நோண்டிக்கிட்டே போங்க, கடலு என்ன கடலு என்னண்ணு நோண்டிக்கிட்டே போங்க. ஒண்ணும் இருக்காது.'

இதைப் பெத்தாச்சி சிரித்துக்கொண்டே சொல்லும் போது, இரண்டு பெரிய வளையங்கள் காதுகள் போலத் தொங்குகிற ஒரு ஆளுயர வெண்கல அண்டாவில் அவள் தண்ணீர் எடுத்து ஊற்றி நிரப்பிக்கொண்டு இருந்தாள். அவளுடைய அந்தக் கிளிக்கூண்டையும் எங்கே வேலைக்குப் போனாலும் கூடவே எடுத்துக்கொண்டு போய் கண் எட்டுகிற தூரத்தில் எதிரேயே வைத்துக்கொள்வாள். அன்றைக்கு அது குத்துப்புரையில் இருக்கும் இரண்டு கல் உரல்களில் பெரியதின் மேல் இருந்தது. கிளி சத்தம் போடாமல் ஊடு கம்பில் திரும்பித் திரும்பி இடம் மாறிக்கொண்டு இருந்தது.

பெத்தாச்சி இவ்வளவு கனத்த வேலை செய்கிறவள் என்றாலும் ஆள் நறுங்கிப் போய்த்தான் இருப்பாள். சாய்த்துச் சாய்த்து நடப்பதற்கு அவளுடைய இடது கண்ணில் பூ விழுந்து, வலது கண்ணால் தன் நடமாட்டத்தை நிதானிப்பதாலும் இருக்கலாம். இதை எல்லாம் தூக்கிச் சாப்பிட்டுவிடும் அவள் சிரிப்பும் பாட்டும்.

லாடக்கார பெருமாள் ஆசாரியின் கொல்லுப் பட்டறை வருஷத்தில் பாதி நாள் மூடியே கிடக்கும். ஊர் ஊராக பெருமாள் வில்லுப்பாட்டு, கணியான் கூத்து ஆட்களோடு போய்விடுவான்.

பட்டை கழட்டிய வண்டிச் சக்கரம் மண் சுவரோரம் சாய்ந்து நிற்கும். வெதுவெதுப்பான உலையும் துருத்தியும் சாம்பலுமான பட்டறையில் ஒரு நார்ப்பெட்டியில் வேப்ப முத்துப் பொறுக்கும் பெத்தாச்சி பாடுகிற பாட்டு அவளுடைய அப்பனிடமிருந்து அவளுக்குக் கிடைத்தது தான். 'யாராவது லவுட்ஸ்பீக்கர் செட்டுக்காரன் அகப்பட்டால் தான் உண்டு பெத்தாச்சியைக் கல்யாணம் பண்ணுததுக்கு' என்று அவள் சதா பாடுவது பற்றி ஒரு பேச்சு வந்துவிட்டது. ஆனால் அப்படி எல்லாம் ஆகவில்லை. அதுவும் நல்லபடியாகவே நடந்தது.

மேலச் செவலில் பரம்பரைத் தச்சாசாரி குடும்பத்தில் வந்த, நிலைவாசல் விட்டுத் தச்சுக் கழிப்பதில் தேர்ந்த தாந்திரீகம் உடைய சாஸ்தாவுடையான் கண்ணுக்குப் பெத்தாச்சி பிடித்துப் போய்விட்டாள். மேல் முதுகு வரை தோளை அடைத்துப் பந்தல் போட்டது போல விரிந்து கிடக்கும் அவளுடைய முடியைப் பார்த்தும், முன் பக்கம் இடுப்புக்கு மேல் கடைசல் தாலிச் செப்பு வாக்கில் அவளுக்கு அமைந்துவிட்டவை மோகினியை நிகர்த்தவை என்பதாலும் சாஸ்தாவுடையான் கிறங்கிவிட்டான் என்றும், அது எப்படி இன்னாரை இன்னார் கட்டிக்கொள்ளலாம் என்றும் எல்லாம் பேச்சும் எதிர்ப்பும் வந்தது.

சாஸ்தாவுடையான் இதற்கெல்லாம் அசரவே இல்லை. ஒரு நிறைந்த வெள்ளிக்கிழமையில் திரிபுராந்தகி அம்மன் சன்னிதியில், மார்கழி மாதம் அதிகாலையில் வெண்சங்கு ஊதிப் போகும் நயினார் பண்டாரம் சங்கு பெருக்கிக்கொண்டு, அவருடைய கையால் மணியையும் அடிக்கத் தாலி கட்டிக்கொள்ளப் போகிறேன் என்று சொன்னான். இதில் பெத்தாச்சியின் அப்பனுக்கு எந்த மன வருத்தமும் இல்லை. சம்மதம் தான்.

'எங்களை மீறி, எப்படித் தாலி கட்டுதான் பார்ப்போம்?; முதல் பொலி அவ அப்பன் லாடக்காரந்தான். அவனும் சேர்ந்துகிட்டு, ஒண்ணும் தெரியாத மாதிரி நம்மளை சுத்துல விடுதான்' என்று ஒரே கூப்பாடு.

'தாலி தானே கட்டப்பிடாது உங்களுக்கு. ஒண்ணா இருந்துக்கிடலாமுல்லா?' சாஸ்தா பெத்தாச்சியைக் கூட்டிக்கொண்டு அடிவாரத்துப் பக்கம் வடக்குமேட்டுக்குப் போய்விட்டான். கடைசிவரை தாலிகட்டவும் இல்லை. சாஸ்தா குட்டி அங்கே குடியேறின பிறகு, அவனுடைய தச்சு வேலைகளில் இதுவரை இல்லாத ஒரு ரம்மியம் கூடியது. முக்கியமாக அவனுடைய கைவேலைகளுடன் கூடிய வாசல் கதவுகளுக்கு பெரும் கிராக்கி

உண்டானது. அவன் அதில் கொடிகளும் இலைகளும் பூக்களும் உள்ள செதுக்கல்களை மட்டுமே செய்தான்.

சாஸ்தா குட்டி இழைத்துச் சேர்த்துக்கொடுத்த கதவுகளில் உள்ள வளைகொடிகள் காற்றில் அசைவதாகவும், பூக்களில் இருந்து மதுரமான வாசனை குறிப்பிட்ட பஞ்சாங்க காலங்களில் உண்டாவதாகவும், மகாதீபம் ஏற்றும் நேரத்தில் ஒரு வாசல் கதவு பிரகாசமாகச் சுடர்ந்து, கதவிலிருந்து எரியும் நெய்யின் வாசனையோடு தைலக்கோடுகள் வழிந்ததாகவும் எல்லாம் அங்கங்கே சொல்லிக்கொண்டார்கள்.

சாஸ்தா குட்டியின் தோற்றம் முன்னைவிடவும் மாறியிருந்தது. நெற்றியில் சந்தனக் கீற்று. எப்போதும் தாடியிருக்கும் முகம். கழுத்தில் ஸ்படிக மாலை. இடுப்பில் கருப்பு வேட்டி கரண்டைக்கு மேல். துபாயில் சம்பாதித்துவிட்டு வந்தவர்கள் கட்டும் வீடுகளின் மரவேலைகள் நிறைய அவனுக்கு வந்தன. மாதக் கணக்கில் பெத்தாச்சியைத் தனியாக விட்டுவிட்டுப் பெயரே தெரியாத கேரளா ஊர்களுக்கு எல்லாம் போக வேண்டிய சூழ்நிலை. அப்போதுதான் அவன் அப்படியொரு சிப்பிப் பாறை நாயைக் கொண்டுவந்து காவலுக்கு வைத்தான். நல்ல கன்னங்கருப்பு. வில் மாதிரி உருவிட்ட மாதிரி உடல். போகப் போக, ஒன்றில் இருந்து ஒன்றாக அதை விருத்தி செய்யவும் அவனுக்குத் தெரிந்தது.

முதல் குட்டிக்கு வைத்த அதே பெயர் தான், அதற்குப் பின்னால் பெருகின எல்லாச் சிப்பிப்பாறைக் குட்டிகளுக்கும். ஒரு தடவை பெத்தாச்சியிடம் இதுவரை எத்தனை சிப்பிகள் வளர்ந்திருக்கும் நம் வீட்டில்? என்று கேட்டான். பெத்தாச்சி வெவ்வேறு சம்பவங்களின் ஞாபகத்தை இணைத்து, விரல் விட்டு எண்ணி, அவனிடமும் ஒப்புதல் கேட்டு உறுதிப்படுத்தினாள். சாஸ்தா குட்டி, அவற்றுள் துர்மரணம் அடைந்த ஒன்றைக் குறைத்துவிடச் சொன்னான். பெத்தாச்சி ஒன்று போக மற்றதன் எண்ணிக்கை சொன்னதும், ஒரே ஒரு சொடக்கு இட்டான். தற்சமயம் வாசலில் நின்றுகொண்டிருந்த சிப்பி ஓடிவந்து ஒரு மாதிரிக் குளறலாக ஊளையிட்டுக்கொண்டு அவர்கள் முன்னால் படுத்துக் கொண்டது. அசைவில்லை.

சாஸ்தா குட்டி மறுதலையாக உட்பக்கமாக வலது கையைச் சுழற்றி இடது உள்ளங்கையைத் தட்டி மீண்டும் ஒரு சொடக்கு இட, பெத்தாச்சியை முகர்ந்துகொண்டு, அவள் சொன்ன எண்ணிக்கையில் இதுவரை வளர்த்த சிப்பிகள் பூராவும் பளிங்கு

மினுங்கும் கண்களுடன் நின்றன. கேந்திப் பூ போல எல்லாக் கழுத்திலும் கெட்டியான ஒரு அடர்மஞ்சள் நிற மாலையிருந்தது. பெத்தாச்சி எல்லாவற்றையும் ஒவ்வொன்றாகத் தடவிக்கொடுக்கக் கொடுக்க, அவை புகைத் தகடாகிக் கரைந்தன. சடசடவென நீரை உதறுவது போலக் காதைச் சிலுப்பியபடி இதுவரை அசைவற்றிருந்தது எழுந்து வாசலுக்கு ஓடியது.

அதே போல் தான் அந்தக் கிளிக் கூண்டும். சிப்பிப் பாறை நாய் பாதுகாப்புக்கு என்றால், கிளிக்கூண்டு பெத்தாச்சியின் பேச்சுத் துணைக்கு. பெத்தாச்சி சில வருடங்கள் பிந்தித்தான் அய்யம்மாளை உண்டாகியிருந்தாள். ஏற்கனவே தாயில்லாமல் வளர்ந்தவள். மாட்டுத் தரகுக்குப் பொள்ளாச்சிப் பக்கம் போன இடத்தில் அவளுடைய அப்பா பெருமாள் விஷ கடியில் இறந்து போனதாக அவள் கேள்விப்பட்டாள். அவளுக்கு அப்பா அவளுடைய சின்ன வயதில் செய்த சமையல் வாசனை வந்து எச்சில் சுரந்தது. கொல்லுத் தெருவில் யாருடனாவது பேசவேண்டும் போல இருந்தது. ரத்தினாம்பா அக்காவின் அம்மாவுக்குப் பேறுகாலம் ஆகும் போது தலை இறங்குவதை அவள் பார்த்திருக்கிறாள்.

சாஸ்தா குட்டி அவள் கவலையைப் போக்குவதற்காகவே கிளிக்கூண்டைச் செய்ய ஆரம்பித்தான். கம்பியைப் போல ஈர்க்கு ஈர்க்குக் கனத்தில் அவனால் மரத்தை இழைக்க முடிந்தது. கூண்டு நெளிவும் சரி, சுற்றுக் கட்டுக்கான வளையங்களும் சரி கம்பியை விட நேர்த்தியாக அமைந்திருந்தன. இரண்டு மூன்று நாட்களாக அதை அவன் வீட்டை விட்டு வெளியே போகாமல் செய்தபடி இருந்தான்.

குழந்தை உண்டாகியிருக்கும் காலத்தில் அவ்வளவு தூரம் இரண்டு பேரும் உடல் ஒன்றி இருக்கமுடியுமா என்று பெத்தாச்சிக்கு ஆச்சரியமாகவும் சந்தோஷமாகவும் இருந்தது. செய்து முடித்த அதை சாஸ்தா அவளைத் தூக்கிப்பார்க்கச் சொன்னான். பிரம்பினால் பின்னப்பட்ட கூடை போல எடையே இல்லாத அதை அவள் வலது கையில் ஏந்தியபோதும் பெத்தாச்சி உடல் நிறைவிளக்காகவே இருந்தது.

சாஸ்தா குட்டி ஒன்று செய்தான். யாருக்கும் தெரியாமல் ஒரு அழகப்பன் காளையை ஓட்டிக்கொண்டு சொந்த ஊரான செவலுக்குப் போய், எதிரே வந்தவர்களுக்குக் குறி சொல்லி, அவனுக்கு மிகவும் பரிச்சயமான, கிழக்குத் தெருவும் தெற்குத்

வண்ணதாசன் } 107

தெருவும் கூடும் இடத்தில், அந்த ஊரின் மேல் அதற்கு முந்திய மொத்தக் காலத்தின் நிழல் விழுவது போல் குடைபிடித்துக் கவிழ்ந்திருந்த வாகை மரப் பொந்திலிருந்து ஆண் ஒன்று பெண் ஒன்றாக இரண்டு கிளிகளைப் பிடித்துவந்து பெத்தாச்சிக்குக் செய்த அந்த மரக் கிளிக் கூண்டில் விட்டான்.

இரண்டோடும் அவளைப் பேசிக்கொண்டு இருக்கச் சொன்னான். அவள் அந்தக் கிளிகளிடம் ஒருநாள் 'லாடக் காரனும் வேப்பமுத்தும்' என்று ஒரு கதை சொல்வாள். இன்னொரு நாள் அந்தக் கிளிகளின் உற்சாகத்திற்காக, 'உங்கள் வாகையடி அம்மன் இன்றைக்கு என்ன சேலை உடுத்தியிருக்கிறாள்' என்று கேட்பாள். அவளுக்குத் தெரியும். அந்த வாகை மரத்தடி அம்மனுக்கு எப்போதும் சிவப்பு வஸ்திரமே சாத்தியிருக்கும். கிளிகள் இரண்டும் சந்தோஷமாக 'சிவப்பு, சிவப்பு' என்று சத்தம் போடும்.

சாஸ்தா குட்டி ஒருநாள் வேலையாக வெளியே போகும் போது, கூண்டுக் கதவைத் திறந்து வை. சாத்த வேண்டாம். தானாக ஒன்று பறந்து போய்விடும். ஒன்று அப்படியே இருக்கும்' என்று சொல்லிவிட்டுப் போனான். அப்படியே ஒரு செவ்வாய்க் கிழமை காலை எழுந்து பார்க்கையில் கூண்டில் ஒரே ஒரு கிளி மட்டும் இருந்தது, கீச் என்ற சத்தத்தின் பச்சை நிற நீள் கோடு ஒன்றை அவளால் வீட்டிலிருந்து வாசல் வரை பார்க்க முடிந்தது.

இரண்டு முட்டைகளை, அப்புறம் இரண்டு குஞ்சுகளைச் சில காலத்தில் அவர்கள் பார்த்தார்கள். கிளிகள் இப்படிப் பெருகுவதும், ஒன்று மட்டும் இருக்க, மற்றவை பறந்து போவதுமாகத்தான் இப்போதுவரை இருந்து வருவதாக அய்யம்மாள் சொன்னாள்.

மீனா கையில் இருந்த கிளிக்கூண்டைப் பார்த்தாள். அதன் கதவு திறந்தே இருந்ததையும், எல்லாவற்றையும் ஒப்புக்கொண்டு எதற்கும் சித்தமாக இருக்கிற கிளி தன் வட்டச் சிமிட்டல்களில் இந்த உலகம் முழுவதையும் தன் காலடியில் குவித்து மறுபடி வெளியே தள்ளுதையும் பார்த்தாள். 'சிரிக்கிறாயா நீ?' என்று மீனா அதைப் பார்த்துக் கேட்டாள். கடைசி 'நீ'யை விட்டுவிட்டு அது பதிலுக்கு மீனாவிடம், 'சிரிக்கிறாயா?' என்று கேட்டது. 'கொழுப்பு' என்று அய்யம்மா கையை ஓங்கினாள். அதையும் அது திருப்பிச் சொன்னது.

கதவைத் திறந்துகொண்டு இருக்கையில் மீனாவின் செல்ஃபோனில் அழைப்பு வந்தது. 'சார் கூப்பிடுதாங்க. இதைப் பிடி' என்று கூண்டை அய்யம்மாவிடம் கை மாற்றுவதற்குள் அழைப்பு

நின்று உள்ளே ஃபோன் மணி கனத்து ஒலிக்கத் துவங்கியது. 'இதை எடுக்கலை இல்லையா. அதுல கூப்பிடுதாங்க' என்று சற்று வேகமாகப் போய் ரிசீவரை எடுத்தாள். முறுக்கு விழுந்து கருப்பு வளையமிடும் வயரை அனிச்சையாகச் சரிபண்ணிக் கொண்டிருந்தது அடுத்த கை.

'ஆமாங்க. வீட்டில இல்லை. நம்ம அய்யம்மா அம்மா இரண்டு நாளைக்கு முன்னால திடீர்னு தவறிப் போச்சு. நீங்க வந்த உடனே சொல்லிக்கிடலாம்னு இருந்தேன். அழகரு வந்து விவரம் சொல்லிக்கிட்டு இருந்தாரு. அதுக்கு அப்புறம் தான் தோணுச்சு. அய்யம்மா இன்னைக்கோ நாளைக்கோண்ணு நகண்டுக்கிட்டு இருக்கு. எல்லாம் முடிஞ்சு, சாம்பல் கரைச்சாச்சு'. இனிமே அங்கே என்ன வேலைண்ணு நான் போயி வீட்டைப் பூட்டிப் போட்டுட்டுக் கூட்டியாந்துட்டேன். இருட்டிக் கொஞ்ச நேரத்தில புறப்பட்டோம். வந்துசேர இப்பவே பதினொண்ணு ஆகப் போகுது. அதான் அய்யம்மாவை இங்கே இருந்துட்டுக் காலையில போண்ணு சொல்லியிருக்கேன்' 'இதை எல்லாம் சொல்லிமுடித்துவிட்டு, அந்தப் பக்கம் சொல்வதை எல்லாம் மீனா கேட்டுக்கொண்டு இருந்தாள்.

சிப்பியை, அது பெத்தாச்சி இறந்த இந்த மூன்று நாளும் சாப்பிடாததை, ஒரு கிளிக்கூண்டு கொண்டுவந்திருப்பதை, அது எதைச் சொன்னாலும் திருப்பிச் சொல்வதையும் மகிழினிக்கு அதை ரொம்பப் பிடிக்கும் என்றும் இரண்டு பேரும் புதன்கிழமை காலை வந்துவிடுவார்கள் அல்லவா என்றும் உரையாடிக்கொண்டு இருந்தாள். 'அய்யா கூடப் பேசுதியா?' என்று அய்யம்மாவிடம் கேட்டாள். இல்லை என்று அய்யம்மா சைகை செய்து மறுத்தாள். அவளுக்கு அழுகை வந்தது.

'எனக்கு இனிமே யாரு இருக்கா?' என்று நின்ற நிலையிலேயே சத்தமாக அழ ஆரம்பித்தாள். கிட்டத்தட்ட வாசலில் இருந்து இந்த அறைவரை எல்லா விளக்குகளும் எரியும் இந்த வெளிச்சத்தில் அய்யம்மா அந்தக் கிளிக்கூண்டும் கையுமாக அழுவதில் தரையிலிருந்து பீறிட்டு ஒரு இழப்பின் மூர்க்கம் அதனுடைய தோகையை விரித்துப் பாய்ந்தது. அய்யம்மா முற்றிலும் பெத்தாச்சியை விட்டு அப்புறம் போன வேறொரு கிழிந்த முகத்துடன் 'யப்பா. நீ எங்களை எல்லாம் விட்டுட்டு எங்கப்பா போனே?' என்று அழுதாள்..

‘உட்காரு. அப்படியே உட்காரு அய்யம்மா’ மீனா அவளைப் பக்கத்தில் இருந்த நாற்காலியில் தோளைப் பிடித்து அமர்த்தினாள். அவள் அப்படியும் உட்காராது நின்றதால் கையிலிருந்த கூண்டை வாங்கியபடி அழகரை வரச் சொல்லி உரக்கக் கூப்பிட்டாள். வேகமாக உள்ளே வந்த அழகர், ‘பெத்துக்குட்டி, பெத்துக்குட்டி’ என்று அவளைத் தன்மேல் தாங்கிக்கொண்டு, மீனா இருப்பதையும் பார்க்காமல் அவளுடைய தளர்ந்து கிடக்கும் பின் சிகையில் முகம் புதைத்து முத்தம் கொடுத்து, ‘ஒண்ணு மில்லை, ஒண்ணுமில்லை, அழக்கூடாது’ என்று திருப்பித் திருப்பி மெதுவாகச் சொன்னான்.

மீனாவுக்கு அழகர் அய்யம்மாளை அப்படி அந்தரங்கமாகப் பெத்துக்குட்டி என்று அழைத்ததும், சிகையில் முகம் வைத்துக்கொண்டதும் நெகிழ்வாக இருந்தது. எல்லாவற்றையும் திறந்துவிட்டது போல, இந்த உலகில் எதுவும் மூடப்படாதது போல உணர்ந்தாள். ஒரு கூசாத வெளிச்சத்தில் இரு கைகளையும் அகல விரித்து நிற்பது போல, குறைந்த பட்சம் வெளியே போய் வீட்டு வாசலிலாவது நிற்கவேண்டும் என்று தோன்றிற்று. கையிலிருந்த கூண்டைச் சுவரோரம் வைத்தாள்.

‘இருங்க வந்திருதேன்’ என்று இரண்டு பேரையும் அந்த அறையில் விட்டுவிட்டு வெளியே போனாள். மகிழினியுடன் பேச வேண்டும் போல இருந்தது. மகிழினி அப்பாவுடன் பேசவேண்டும் போல இருந்தது, முடிந்தால் ‘எங்களை எல்லாம் விட்டுட்டு எங்கேப்பா போனே?’ என்று அழும் அய்யம்மாளின் அப்பா சாஸ்தாக்குட்டியிடம் பேசவேண்டும் போல இருந்தது.

எப்படி சாஸ்தாவுக்கு பெத்தாச்சியை, அய்யம்மாளை, அந்தச் சிப்பியை, கிளிக்கூண்டை எல்லாம் விட்டுவிட்டுக் கண்காணாமல் போக முடிந்தது? இது எல்லாம் ஒரு வித்தையா? இந்த வித்தையைக் காட்டுகிறதுக்குத்தான் அதற்கு முந்தி எல்லா வித்தையையும் சாஸ்தா குட்டி காட்டினது போலவா?

மீனா குனிந்து கொண்டு நின்றாள். ஒரு பெரிய அடுக்குப் பாத்திரத்தில் அதை விடச் சிறிய அளவுப் பாத்திரத்தை வைப்பது போல, தனக்கு உள்ளேயே தன்னைச் செருகிவிட முயன்ற நிலையில் சற்றுத் தடுமாறி இரும்புக் கம்பியைப் பிடித்துக் கொண்டு நின்று சமன் செய்தாள்.

இரும்புக் கம்பியில் சங்கிலியோடு இருந்த சிப்பியின் தோற்றம் வேறு மாதிரி இருந்தது. காதுகள் தொய்ந்து மடங்கியிருந்தன.

படுத்திருந்தது போல. ஆனால் படுத்திருக்கவில்லை. வாசலுக்கு வெளியே வெகுதூரம் பார்க்க உயர்த்தியது போல் தரையோடு முகம் விலகியிருந்தது.

மீனா மடிந்து உட்கார்ந்து அதன் காதுகளைத் தொட்டுப் பார்த்தாள். வெயிலில் வதங்கிய இலைகள் போல அவை தொய்ந்து கிடக்கவும் முகத்தைப் பார்த்தாள். அது வேறொரு பாகையில் தன்னை வைத்திருந்தது. மேல் பக்கமாகத் தெரிந்த மூடின வலது கண்ணின் ஓரத்தில் ஒரு போதும் உருளவே முடியாத மிகச் சிறு துளி திராட்சை விதை போல உறைந்து நின்றது.

அவளுக்கு உடனடியாக அய்யம்மாளின் கையிலிருந்து வாங்கித் தரையில் வைத்த கூண்டு ஞாபகத்திற்கு வந்தது. யாரையும் கூப்பிடத் தோன்றவில்லை. அவசரமாக எழுந்து உள்ளே போனாள்.

வாசல் நிலைப் பக்கத்தில் மீனாவின் தலையை உரசினபடி கிளி வெளியே பறந்து போயிற்று.

அந்திமழை டிசபர்.2018

✿✿✿

குடை நிழல் அமர்ந்து

அந்தக் காலத்துக் குடை. விரித்துப் பிடித்தால் இரண்டு பேர் ஒரு சொட்டுக்கூட நனையாமல் வரலாம். அதை இறங்கிய ஆட்டோவின் இருக்கையில் வைத்துவிட்டு இறங்கினவள் தான் சந்திராவாக இருக்கவேண்டும். செல்லப்பாண்டி முத்துமணியிடம் சொல்லிவிட்டுத்தான் போயிருந்தான்.

'அக்கா, என்னத் தேடிக்கிட்டு சந்திராண்ணு ஒருத்தர் வருவாங்க. வந்தா நம்ம வீட்டுச் சாவியைக் கொடுத்து மச்சைத் திறந்து உக்காரச் சொல்லீருங்க. நான் வந்திருதேன்' என்று கையில் இருந்த சாவி வளையத்தை வழக்கமாகத் தொங்கவிடும் பட்டாசல் ஆணியில் மாட்டிவிட்டு, 'ஒருவேளை 'நான் வாரதுக்கு முன்னே பின்னே ஆனாலும் ஆகும்' என்று செருப்பை மாட்டிக்கொண்டு போன தோற்றம் வந்து போனது.

'அச்சாபீஸில் இருந்து தாண்டு அத்தான் சீக்கிரம் வந்துட்டா, அவ்வொ கிட்டேயும் சொல்லீருங்க. இண்ணைக்கு ரெண்டு பேரும் செகண்ட் ஷோ சினிமாவுக்குப் போகிற ப்ளான் போட்டிருந்தோம்' தெருவில் இறங்கின பின்பு சத்தம் மட்டும் வீட்டுப்பக்கம் அரைக்கழுத்தில் திரும்பியது.

இறங்கின ஆட்டோ பக்கவாட்டில் குடையைச் சாய்த்துவிட்டுத் தோள்ப் பையில் இருந்து பர்ஸை எடுத்துக்கொண்டிருக்கும் அந்தப் பெண் சேலைத் தலைப்பைக் காற்றில் பறக்காமல் இருக்க இடதுகைக்குள் கொடுத்திருந்தாள். பார்க்கும் போது முத்துமணிக்குத்

தில்லை ஞாபகம் வந்தது. அவள் சேலைத் தலைப்பை நீளமாக விட்டிருப்பாள். எங்கே இருந்து தோன்றியதோ, வடக்கத்திக்காரி போல சேலைத் தலைப்பைக் கழுத்தைச் சுற்றி வலது பக்கமாக மார்பில் போட்டிருப்பாள். செல்லப்பாண்டியுடன் கல்யாணம் முடிந்து டூர் போன இடங்களில் எடுத்த ஃபோட்டோக்களில் கூட, தில்லை அப்படித்தான் தலைப்பை விட்டிருப்பாள்.

செல்லப் பாண்டிக்கும் அது பிடித்திருந்திருக்க வேண்டும். அவளை ஓரிரு படங்களில் அப்படி வலது தோளில் கிடக்கிற தலைப்போடும், முக்காடு போட்டுக்கொண்டு சிரிக்கிற மாதிரியும் எல்லாம் எடுத்திருப்பான். அதற்குப் பின் என்னவெல்லாமோ நடந்துவிட்ட பிறகும் கூட, தில்லையின் ஒரு முக்காடு போட்டிருக்கும் படத்தை இன்னும் அதே சட்டத்துடன் தொங்கவிட்டிருக்கிறான்.

முத்துமணிக்கு அந்தக் காட்சி சினிமாவில் வருவது போல அப்படியே ஞாபகத்தில் இருக்கிறது. முத்துமணி போய்க் கையைப் பிடித்துத் தடுக்கிறதையும் மீறித் தாண்டவராயன் அந்தப் படத்தைக் கழற்றிக் கையில் எடுத்து வெளியே வீசப் போகிறார். தில்லை அவருக்குக் கூடப் பிறந்த சின்னத் தங்கச்சி தான். என்றாலும் சொல்ல முடியாத கெட்டவார்த்தைகளில் வாய்க்கு வந்தபடி ஏசுகிறார்.

‘நம்ம எல்லாத்தையும் ஊருக்குள்ள யார் முகத்திலேயும் நிமுந்து முழிக்காதபடிக்கு முக்காடு போட வச்சிட்டு எவன் கூடயோ ஓடிப்போனவ படத்தை எல்லாம் இன்னும் எதுக்கு நடுவீட்டில தொங்கவிட்டுட்டு இருக்க மாப்பிளே’ என்று கையை உயர்த்துகிறார். ஏற்கனவே செல்லப்பாண்டியும் தில்லையுமாக இருக்கிற கல்யாண ஃபோட்டோ சிலந்திக் கீறலுடன் கண்ணாடி சிதறத் தரையில் கிடந்தது.

‘இதை ஒண்ணும் பண்ண வேண்டாம். இது இருக்கட்டும் அத்தான்’ என்று செல்லப் பாண்டி இருந்த இடத்தில் இருந்தே சொல்கிறான். அந்தப் படத்தில் தில்லை நாவல் பழக் கலரில் ஜரிகைக்கட்டம் போட்டு, ராமர் பச்சையில் பார்டர் வைத்த ஒரு சுங்குடி நூல் சேலையால் முக்காடு இட்டு, கீழ்த்தாடைப் பக்கம் கழுத்தையொட்டி விரல்களால் பிடித்து, மிகச் சிறிது குனிந்திருப்பாள். முத்துமணி கூட அதை முதன்முதல் பார்க்கும் போது ‘ரொம்ப நல்லா இருக்கு பாண்டி’ என்று சொல்லி யிருக்கிறாள். இவள் சொல்வதைக் கேட்ட சந்தோஷத்தில் செல்லப்பாண்டி தாண்டவராயன் பக்கம் அதை நீட்டி, ‘நல்லா

இருக்குல்லா தாண்டு அத்தான்?' என்று காட்டியது உண்டு. அவர் இந்தப்பக்கம் சொல்வதைப் போல, 'கோடி அழகா இருக்கு' என்றார். பிடிக்கவில்லை என்று அர்த்தம்.

ஆட்டோவுக்குப் பணத்தைக் கொடுத்துக்கொண்டு இருக்கும் போதே ஆட்டோவில் சார்த்திவைத்த குடை, கொஞ்சம் கொஞ்சமாக வழுகித் தரையில் சரிந்தது. இதுவரை எப்படி நின்றது, இப்போது எதற்குச் சாய்ந்தது என்பதற்குக் காரணம் உண்டா? காரணம் இல்லாதா போகும்? முத்துமணி அந்த இடத்திலிருந்து பேச்சைத் துவங்கலாம் என்று நினைத்தாள். 'நான் எடுத்துக்கிடுதேன். நீங்க வாங்க' என்று தெருவாசலில் கிடந்த குடையை எடுத்துக்கொண்டு சிரித்தாள். முத்துமணி குனிந்து எடுப்பதைத் தடுக்கிறதாக, 'அய்யோ, நீங்க போயி' என்ற தணிந்த குரலுடன் ஒரு கை வந்து அமர்ந்தது.

'நானும் சாரும் நிலக்கோட்டையில ஒண்ணா வேலை பார்த்தோம்' சந்திரா என்று தன் பெயரைச் சொல்லாமலே இப்படி ஆரம்பித்தது முத்துமணிக்குப் பிடித்திருந்தது. எந்த இடத்திலிருந்தும் துவங்கும் படியாகவும் அடுத்தடுத்து இன்னொரு இடத்திற்கு நகரும்படியாகவும் இவ்வளவு எளிதாக இந்த நேரம் இருப்பதை அப்படியே மேலும் அவள் தொடர விரும்பினாள். 'ஆமா பாண்டி அங்கே இருந்து தானே ப்ரமோஷன்லே பாளையத்துக்குப் போனான்' என்று சொன்னாள்.

செல்லப்பாண்டி சாரைப் பாண்டி என்று சொல்வதும் சின்னப் பையன் போல அவன் இவன் என்று முத்துமணி சொல்வதும் அவளுக்குப் பிடித்திருந்தது. 'உங்களைப் பத்தியும், உங்க வீட்டு ஐயாவைப் பத்தியும் சார் நிறையச் சொல்லியிருக்காரு. ஃபோட்டோ பிடிச்சுக் கொடுத்த மாதிரி, ஒரு முத்துமணி அக்கா, ஒரு தாண்டு அத்தான் எல்லாம் முழுசாத் தொங்கவிட்டிருக்கு உள்ளற' என்று சொல்லும் போது அதை முடிக்க விடாமல் முத்துமணி. 'ஆமாமா, எல்லாத்தையும் தான் நாண்டுக்கிட்டு நிக்காத குறையாத் தொங்கவிட்டுட்டு எவன் கூடயோ போயிட்டுதே சந்திரா அந்தப் புள்ள' என்று முதல் முதலாக அவள் சந்திராதான் என்று தெரிந்துகொண்டவளாகப் பேசினாள்.

மற்றவர்கள் என்றால் இப்படி ஒன்றைச் சொல்லும் போது முகத்தை வேறு எங்கோ திருப்பிகொள்வார்கள். அல்லது இதுவரை தான் பேசிக்கொண்டு வந்தவரின் முகம் தரையில் பதிக்கப்பட்டு விட்டது போலத் தரையைப் பார்த்துப் பேசுவார்கள். முத்துமணி

சந்திராவின் முகத்தை, அதுவும் கண்களை விட்டுப் பார்வையை நகர்த்தாமல் பேசினாள். ஒரு நீர்ப்பூச்சி போல ஒரு நொடி சொல்வதைச் சிலுப்பிவிட்டு நகர்ந்துவிட்டது.

'பார்த்துவா' என்று முத்துமணி இப்போது சந்திராவை ஒருமையிலும் அழைக்க ஆரம்பித்துவிட்டது சந்திராவுக்கு சௌகரியம் தந்தது. 'நீங்க கீழே இருக்கீங்க. செல்லப்பாண்டி சார், மாடியில இருக்கிறதாச் சொன்னாரு' என்று சந்திரா செருப்பைக் கழற்றினாள். இடது பக்கம் மாடிக்குப் போகிற படி இருக்க வேண்டும். சொட்டியபடி இருக்கும் ஒரு திருகு குழாயில் ஒரு குருவி உட்கார்வதும், தன்னுடைய உடலை யாரோ திருப்பிக் கொள்ளச் சொன்னது போல சுவர்ப் பக்கமாக அலகைத்திருப்பி, மறுபடியும் முன் பக்கமாகப் பறந்தது.

'ஆமா. அந்த மூதேவி பண்ணின கூத்துக்குப் பிறகு, ரெண்டு மாசம் வேலைக்குப் போனான், ரெண்டு மாசம் லீவில இருந்தான். அப்புறம் வேலையை வேண்டாம்னு எழுதிக்கொடுத்துட்டு வந்துட்டான். அது எல்லாம் தான் உனக்கும் தெரிஞ்சிருக்குமே.' முத்துமணி சொல்வது சந்திரா காதில் விழுந்தது. அவளுக்குத் தெரியும். அந்தச் சமயம் தற்செயலாக வி.ஆர்.எஸ் ஸ்கீம் ஒன்று வந்தது. கை நிறையப் பணமும் கொடுத்துப் பென்ஷனும் உண்டு என்றார்கள். செல்லப்பாண்டி எழுதிக்கொடுத்து விட்டார்.

எதிரே விதை முளைத்தது போல் பாதி புதைந்து கிடந்த பெரிய ஆட்டுரலுக்கு அடியில் கொத்தாக அடர்ந்து அசைகிற புல்பச்சையையும் வெயிலையுமே சந்திரா பார்த்துக்கொண்டு இருந்தாள். ரிட்டையராகி வந்த பணத்தில் கொஞ்சம் போட்டுப் புரட்டி ரியல் எஸ்டேட் பண்ணிக்கொண்டு அத்தான் வீட்டு மாடியிலேயே குடி வந்துவிட்டதாக செல்லப்பாண்டி சார் சொல்லியிருக்கிறார்.

'சந்திரா பார்க்கிற திசையைப் புரிந்தவளாக, 'மச்சுப்படிக்குப் போகிற பாதை அந்தப் பக்கம் இருக்கு. அவன் வெளியே போயிருக்கான். நீ வீட்டுக்குள்ள வந்து செத்த நேரம் உட்கார்ந்துட்டுப் போ. முகம் கால் கழுவீட்டு வந்தால். அதுக்குள்ளே நான் காப்பி போட்டிருதேன்' என்று பேசிக்கொண்டே நடை ஏறினார்கள். வாசல் நடை கல்நடையாக இருந்தது. நடுவில் குமிழியிட்ட பூ இதழ்கள். ஆனால் நிலைவாசல் எல்லாம் மரம் தான்.

'குளுந்து கிடக்கு' என்று சந்திரா வாசல் படியில் அப்படியே நின்றாள். வலது பாதத்தில் கல் பூவின் குமிழ் இதழ் அப்பியது.

முத்துமணி கையில் இருந்த குடையைச் சுவர் ஓரமாக வைத்துவிட்டு, சந்திராவின் தோளை அணைத்துக்கொண்டாள். 'நீதான் குளுந்து கிடக்குண்ணு வாய்விட்டுச் சொல்லியிருக்கிற முதல் ஆளு. எனக்கும் தோணும். இத்தனை வருசத்திலேயும் அதைச் சொன்னது இல்லை' என்று சந்திராவின் கையை எடுத்துக்கொண்டாள்.

'இதைவிடப் புற வாசல் நடை இன்னும் குளுந்து கிடக்கும். பின்னால வெம்பரப்பா , காத்தாட, தோட்டமும் அதுவுமாத் திறந்து கிடக்கு இல்லையா.' என்ற முத்துமணியின் குரல் அவரை விட்டு நகர்ந்து போய் குளிர்ந்த பின்வாசல் நடையில் உட்கார்ந்திருந்தது. சந்திராவுக்குத் தானும் அதில் அமர்ந்திருப்பதாகவும், அவளுடைய பின்பக்கம் குளிர்ந்த கல் பாளத்தை உணர்வதாகவும் இருந்தது. சேலையைப் பின்பக்கம் நீவிவிட்டுக் கொண்டாள்.

தான் சொல்லாததை எல்லாம் சொல்கிற இவளிடம் தான் பேசாததை எல்லாம் பேசலாம் என்று தோன்றியது. தான் என்னவோ தில்லை இன்னொருத்தருடன் போய்விட்டதைப் பற்றி இப்படி எல்லாம் அசிங்கமாகப் பேசினாலும், தனக்குக் கூட, தன்னுடைய நாற்பது வயது சொச்சத்தில், சரியாகச் சொன்னால் இப்போது கல்யாணம் ஆகி நோய்டாவில் இருக்கிற சிவராஜ் ஒன்பது படிக்கும் போது அப்படி யாருடனாவது போய்விடலாமா என்று ஒரு அலுப்பு வந்தது உண்டு என்று சொல்லி, சந்திராவுக்கும் இப்போது நாற்பத்தைந்து அல்லது அதை ஒட்டிதானே இருக்கும், அவளுக்கு இப்படித் தோன்றியது உண்டா என்று கேட்டுவிடலாமா என்று நினைத்தாள். குடத்தைச் சாய்த்து ஒரு மடக்குத் தண்ணீரைக் குடித்துவிட்டு, சந்திராவிடம், 'தண்ணி குடிக்கியா?' என்று செம்பையும் தம்ளரையும் நீட்டினாள்.

இதையெல்லாம் சொல்வதையும் கேட்பதையும் விட, சொல்லாமலும் கேட்காமலும் புரிந்துகொண்டால் போதும் என்றும் ஒரு சமாதானம் வந்தது. இந்தச் சந்திரா நிலக்கோட்டையில் இருந்து செல்லப்பாண்டியைப் பார்க்க ஒத்தையில் வந்திருக்கிறாள். அனுமதிக்காவிட்டால் எங்களோடு இங்கேயோ, அனுமதித்தால் செல்லப்பாண்டி இருக்கும் மச்சு அறை ஒன்றிலோ கூட அவள் தங்கத்தானே செய்வாள். செல்லப்பாண்டியும் இதில் எல்லாம் ஒன்றுமே இல்லாதது போல, 'சந்திரா வந்தால் சாவியைக் கொடுங்க' என்று சொல்லிவிட்டுப் போகிறான். முத்துமணியும் சரி என்றுதானே சொன்னாள். சரி என்று வாய்விட்டுச் சொல்லா விட்டாலும் 'அதெல்லாம் சரிப்படாது. நீ வந்து பார்த்துக்கோ' என்று கூட மறுப்பைத் தெரிவிக்கவில்லையே.

'பையை வேணும்னா உள்ளே வையி. ட்ரெஸ் மாத்திக்கிறது ஆனா மாத்திக்க' என்று பக்கத்து அறையைக் காட்டிவிட்டு அடுப்படிக்கு முத்துமணி போனாள். 'துண்டு வேணுமா?' என்று குரலாகக் கேட்டதற்கு 'வேண்டாம். இருக்குது' என்று குரலாகப் பதில் வந்தது சந்திராவிடம் இருந்து. வெவ்வேறு அறைகளில் இருந்து வெவ்வேறு பருவத்தில் இருக்கிற தங்கள் இருவரின் குரலையும் இப்படிக் கேட்க முத்துமணிக்குப் பிடித்தது.

'இது யார் தாண்டவராயன் அய்யாவா?' என்ற சத்தம் நகர்ந்து அடுப்படிக்கே வந்துகொண்டு இருந்தது. சந்திரா அவளுடைய கையில் சுவரில் இருந்து கழற்றிய ஒரு புகைப்படத்தை எடுத்துக் கொண்டு முத்துமணியிடம் வந்தாள். நீலமாக எரிகிற காஸ் அடுப்பைத் தணித்துவிட்டுத் திரும்பிய முத்துமணியிடம். 'அய்யா ரொம்ப அழகு. ரொம்ப மெஜெஸ்டிக்' என்று சந்திரா காட்டினாள். முத்துமணி ஏதோ இதுவரை அந்தப் படத்தைப் பார்த்தே இராதது போலவும், சந்திராவே அதை முதலில் காட்டுவது போலவும், சற்றுச் சாய்வாக வெளிச்சம் படும்படி திருப்பி சந்திரா முத்துமணியிடம் காட்டி நின்றாள். 'மீசையைப் பாருங்க. எப்படி முறுக்கிவிட்டிருக்காரு மனுஷன்' என்று சந்திரா அந்தப் படத்தைக் கை நீளத்திற்குத் தள்ளிப்பிடித்து மெச்சினாள்.

முத்துமணிக்கு சந்திரா அவருடைய மீசையைப் பற்றிச் சொன்னது கூடப் பிடித்திருந்தது. அவளுக்கும் தாண்டவ ராயனுடைய மீசை பிடிக்கும். சமீப காலமாக நரையை முன்னிட்டும் வயதுக்கும் தோற்றத்துக்கும் பொருத்தம் வேண்டும் என்றும் அவர் முழுவதுமாக மீசையை எடுத்துவிட்டதும் முத்துமணி 'என்னமோ மாதிரி இருக்கு. வேத்து ஆள் ஆக்கிட்டுது' என்று கொஞ்ச நாள் சொல்லிக்கொண்டு இருந்திருக்கிறாள். ஆனால் சந்திராவுடைய அந்த 'மனுஷன்' என்கிற வார்த்தை கொஞ்சம் பதற்றம் உண்டாக்கிவிட்டது.

'நீ எந்த ரூம்புக்குப் போன்னு சொன்னா, எந்த ரூம்புக்குப் போயிருக்க? இது எங்க பெட் ரூம்புல இல்லை மாட்டியிருக்கும்?' என்று கொஞ்சம் கண்டிப்பான குரலில் ஆரம்பித்து வெட்கம் கலந்த குரலில் கேட்டு முடித்தாள். அப்புறம் அவளே அந்தக் கண்டிப்பான குரலில் இருந்து சந்திராவை அகற்றிவிடுவது போல, 'இதுக்கு நேர் எதுக்க ஒரு கண்ணன் ராதை படம் இருக்கும் பாரு. உனக்குப் பிடிக்கும்' என்றாள். அடுப்பில் பால் இருந்தது. இல்லாவிட்டால் முத்துமணியே சந்திராவைக் கையைப் பிடித்துக் கூட்டிப் போய் அந்தக் கிருஷ்ணன் ராதையைக் காட்ட விரும்பினாள்.

அச்சாபீஸுக்கு வந்த காலண்டர் கேட்டலாக் ஒன்றில் இருந்து எடுத்து சட்டம் போட்டது. படத்தில் ஒடிந்து விழுவது போன்ற ராதையைக் கண்ணன் வளைத்துப் பிடித்திருப்பார். சாய்ந்த குடத்திலிருந்து தண்ணீர் சிந்திப் பெருகியபடி இருக்கும்.

முத்துமணிக்கு இதைச் சொல்லும் போது எப்படியோ இருந்தது, விளக்குப் பூசைக்கு வைத்த அச்சு வெல்லத் துண்டின் மேல் மொய்க்கிற பிள்ளையார் எறும்பு சாரி சாரியாக உச்சி முதல் உள்ளங்கால் வரை மாறி மாறி நிறுத்தாமல் ஏறி இறங்குகிற உணர்வு. ஒவ்வொரு எறும்பாகவும் மொத்தமாகவும் அந்த நகர்வுடன் மேலும் இருக்க விரும்பிய நிலை.

'நான் முதல்லே ராதா ராதாண்ணுதான் சொல்லிக்கிட்டு இருப்பேன். அவ்வொ தான் 'ராதாங்கிறதும் நல்லாத் தான் இருக்கு. அதையே ராதைண்ணு சொல்லிப் பாரு, கூடக் கொஞ்சம் நல்லா இருக்கும்'னு சொன்னது. அப்படிச் சொன்னா நல்லாத்தான் இருந்தது அதுக்கு அப்புறம்' என்று சொல்லியபடி, தலை முடியை ஒதுக்கிக் காதில் செருகிக் கொண்டாள். அந்தச் சின்ன அசைவின் மூலம் அவர் ரொம்ப அழகாகிவிட்டதைச் சந்திரா பார்த்தாள்.

தான் முத்துமணியின் வயதுக்குப் போய்விட்டது போலவும் அவர் தன்னுடைய வயதுக்கு வந்துவிட்டது போலவும் சந்திரா நினைத்தபடி காஃபியை ஊற்றிக்கொள்வதற்காக அகப்பைக் கூண்டு பக்கத்தில் கவிழ்த்திவைக்கப்பட்ட இரண்டு தம்ளர்களை எடுத்து அங்கணக் குழி குழாயில் கழுவினாள். அந்தச் சன்னமான தண்ணீர்ப் பீச்சலின் சத்தத்தில் அந்த அடுக்களை மேலும் உயிர்த்துவிட்டது.

'அப்படி வரைஞ்சிருப்பான். ரெண்டு பக்கத்தையும் விட்டு ஒதுங்கி ராதைக்கு நடு நெஞ்சுல தான் துணி கிடக்கும். பின்னாலேயும் அப்படித்தான். தார்ப்பாச்சிக் கட்டினது போல இருப்பா.' ஒவ்வொரு சொல்லாகச் சொல்லி, அந்தச் சொல்லுக்குள் முத்துமணி அமிழ்ந்து காணாமல் போவதை சந்திரா காஃபியைக் குடித்துக்கொண்டே ரசித்தாள். காஃபியின் நுரைத்த பெரிய, சிறிய, சின்னஞ்சிறிய குமிழ்கள் அத்தனையிலும் முத்துமணி போல, தன்னைப் போல, தில்லையைப் போல ஆயிரக் கணக்கான பேர் ராதையாக மினுங்குவதும் தணிவதுமாக இருப்பார்கள் தானே. சந்திரா இப்படி நினைத்துக்கொண்டு, 'காஃபி நல்லா இருக்கு' என்று மட்டும் சொன்னாள். தான் சொல்ல நினைத்தது பூராவையும் இப்படிச் சொல்லிவிட்டோம் என்று அவளுக்கு நிறைவாக இருந்தது.

முத்துமணி காட்டிக்கொள்ளவில்லையே தவிர, அவளுக்குத் தாண்டவராயனைப் பார்க்கவேண்டும் என்று தோன்றியது. 'இங்கே பாருங்க. இங்கே பாருங்க' என்று கை, கால், உடம்பெல்லாம் ஊர்கிற பிள்ளையார் எறும்பைக் காட்டவேண்டும். 'எல்லாம் உங்க ராதை பண்ணுன வேலை' என்று சொல்ல வேண்டும். அதையே சந்திராவிடம் வேறு மாதிரியாகக் கேட்டாள்.

'எங்கே ரெண்டு பேரையும் ஆளைக் காணோம். ஒரு ஃபோன் வரத்தும் இல்லை. இவ்வோ' வாறேன் போறேன், லேட்டாகும், இந்தா புறப்பட்டாச்சு'ண்ணு ஃபோன் போட்டுச் சொல்லுவோ. அதையும் காணும். உன் நம்பர் பாண்டி கிட்டே இருக்குல்லா. அவனும் உன்னைக் கூப்பிட்டு 'எப்ப வந்தே, என்ன ஏது'ண்ணு கேக்கக் காணோம். கொஞ்சமாவது இது இருக்காண்ணு பாரேன்'

சந்திராவுக்கு அந்த 'இது இருக்காண்ணு பாரேன்' பிடித்திருந்தது. எது என்று கேட்டால் முத்துமணியால் சொல்லக்கூடத் தெரியாமல் இருக்கலாம். ஆனால் தான் உட்பட, எல்லோருமே மற்றவர்களிடம் ஏதோ ஒரு இது இருக்கவேண்டும் எதிர்பார்க்கத்தானே செய்கிறோம்.

சந்திரா முகத்தை எல்லாம் கழுவிவிட்டு வந்தாள். நைட்டி போடுவதா, பஸ்ஸில் வந்த சேலையோடு இப்படியே இருந்து விடலாமா என்று யோசித்துக் கடைசியில் ரொம்ப வியர்த்திருந்த ப்ளவுசை மட்டும் மாற்றிக் கொள்ளும் முடிவுக்கு வந்திருந்தாள். கையை உயர்த்தி அப்படி அவள் ஒரு கையை உருவிக்கொண்டு சுவர்ப்பக்கமாகத் திரும்பி நிற்கையில் 'உடுமாத்துச் சேலை ஏதாவது தரட்டுமா?' என்று கேட்டுக்கொண்டே உள்ளே வந்த முத்துமணி சந்திராவைப் பார்த்துவிட்டு, 'சரி.சரி. ஒண்ணுமில்லை. பைய வா. நானும் சரியா கவனிக்காம வந்துட்டேன்' என்று திரும்பிப் போனாள்.

சமீபத்தில் தன் முன்னால் வேறு யாருமோ, வேறு யார் இருக்கும் போது தானோ இப்படி உடை மாற்றிக்கொள்ளவில்லை. சேரகுளம் ஆச்சி செத்த வீட்டுக்குள் அவளைத் தூக்கிவிட்டுப் போன பிறகு, காலடியில் ஈரச் சேலையைக் களைந்து போட்டுக் கொண்டு இப்படி ஏழு எட்டுப் பேர் அரங்கு வீட்டுக்குள் நின்று மாற்றினது தான் கடைசி. அதுவே மூன்று வருஷத்துக்கு மேலே இருக்கும். ஒரு திருக்காத்தியலுக்கு இரண்டு நாள் முந்தி. நல்ல மழை அன்றைக்கு.

வண்ணதாசன் } 119

எல்லாவற்றையும் நினைத்துக்கொண்டே மர அலமாரியைத் திறந்து இதுவரைக்கும் அவள் ஒரு தடவை கூட உடுத்தாத, சின்ன வயதுக்காரர்களுக்கும் பொருத்தமாக இருக்கிற, அந்த கத்தரிப் பூக் கலரில் வெள்ளைப் பூப் போட்ட ஒன்றை எடுத்துக்கொண்டு வந்தாள். உடுத்தின சேலை மாதிரி, இந்த உடுத்தாத சேலைக்கும், யார் அதை உடுத்தப் போகிறார்களோ அவர்களுடைய வாசனை வந்தால் எப்படி இருக்கும் என்று நினைக்கிற போதே, அறைக்குள்ளே இருந்து சந்திரா, 'ஒட்டுப் பொட்டு இருக்கா?' என்று கேட்டபடி வந்தாள். பொட்டு வைக்காத, கழுவின சந்திராவின் முகத்தைப் பார்த்து, 'துலுக்கச்சி மாதிரி இருக்கே' என்றாள். சந்திரா உடனே, 'அவ்வளவு அழகாவா இருக்கேன்' என்று சிரித்தாள். சந்திராவின் மேல் புஜத்தைக் கிள்ளவேண்டும் என்று முத்துமணிக்கு ஆசையாக இருந்தது. இரண்டு கைகளிலும் மடிந்து தொங்கும்படி ஏந்திய சேலையை அவளிடம் நீட்டி, 'இதைக் கட்டிக்கோ' என்று நீட்டினாள்.

'தாங்க் யூ'ம்மா' என்று சந்திரா கண்கலங்கி வாங்கிக் கொண்டாள். தில்லையும் ஏதோ ஒரு சந்தர்ப்பத்தில் அப்படிச் சொல்லியிருக்கிறாள். சொல்லப் போனால் நிறையச் சின்னச் சின்ன விஷயங்களுக்கு 'தேங்க்ஸ்' சொல்கிற 'சாரி' சொல்கிற பழக்கம் அவளுக்கு இருந்தது. 'என்னமோ திடீர்னு அதுக்கு அப்படிப் புத்திகெட்டுப் போயிருக்கு' முத்துமணிக்கு தில்லையைப் பார்க்கவேண்டும் என்று தேடியது. அவளை யாராவது சமீபத்தில் பார்த்தார்களா? போடி, கம்பம் அந்தப் பக்கம் இருக்கிறதாகத் தானே சொன்னார்கள். சந்திரா பார்த்திருப்பாளா? சந்திரா அந்தச் சேலையுடன் அறைக்குள் போவதையே முத்துமணி பார்த்தாள்.

வெளியே டி.வி.எஸ்.50 வந்து நிற்கிற சத்தம் கேட்டது. தனித்தனியாக இருக்கும் போது பேச மாட்டார்கள். இப்படி இரண்டு பேரும் வெளியே போய்விட்டு வரும் போது தெருவாசலில், வாசல் குழாயில், கால் கழுவுகையில், கால் மிதியில் காலைத் தேய்க்கும் போது, வீட்டுக்குள் வந்து உட்கார்ந்த பிறகு எல்லாம் எதையாவது மாறி மாறி, அரசியல் அல்லது சினிமாவைப் பற்றிப் பேசிக்கொண்டே வருவார்கள்.

'எல்லாம் சரிதான். ரெண்டு பேரில யாராவது ஒருத்தர் ஃபோன் பண்ணக் கூடாதா?' முத்துமணி செல்லப்பாண்டியை அடிக்கப் போவது போலக் கையை உயர்த்திய வாக்கில், 'அந்தானைக்கு ரெண்டு போடு போடட்டுமா?' என்று பாதிச் சிரிப்பில் கேட்டாள். அவள் செல்லப்பாண்டியை மட்டும் அல்ல

தாண்டவராயனைக் கூட அப்படிச் செல்லமாக அடிக்கவேண்டும் என்கிற ஒரு உற்சாகத்தை அடைந்திருந்தாள்.

விழாத அந்த அடியைத் தடுத்துத் தாங்குவது போலக் குனிந்துகொண்ட பாண்டி 'சந்திரா மேடம் எங்கே, கோவிச்சுக்கிட்டு ஊருக்கே போயிட்டாங்களா?' என்று சுற்றிப் பார்த்தான். 'நர வாசனை எதுவுமே காணுமே' என்று காற்றை மோப்பம் பிடித்து சூனியக்காரக் கிழவி முகத்தோடு கை விரல்களை மடக்கிக்கொண்டு சொன்னான்.

தாண்டவராயன் தான் சுவரில் சாத்திவைத்திருக்கிற அந்தக் குடையைப் பார்த்தார். எந்த இடத்தில் சாய்ந்திருந்தாலும் அதற்கு ஒரு தனிக் களை இருக்கத்தான் செய்தது. கதவுக்கும் சாய்வு நாற்காலிக்கும் இடையில் அது தனியாகத் தெரிந்தது. 'இதை யாருடா கொண்டாந்திருக்கா?' என்று தாண்டு எழுந்து அந்தப் பக்கம் போய் அதை எடுத்தார். சட்டென்று எடுக்காமல் ஒரு மரியாதைக்குரிய நேரத்தை அதற்குச் சமர்ப்பிப்பதாக ஒரு நிமிடம் அதன் முன் நின்றார்.

'அசல் கொழும்பு ராஜா ராணி குடை' என்றார். கைப்பிடிக்கு மேல் ஓவல் சைஸில் இருக்கும் ராஜா ராணி படத்தை, 'இங்கே பார்த்தியா?' என்று முத்துமணியிடம் காட்டினார். குடையை விரித்து விம்மியது போல இழுத்துக் கட்டின துணியை ஒரு பசுங்கன்றைத் தடவிக்கொடுப்பது போலத் தடவிக்கொடுத்தார். 'ஒரு சொட்டுத் தண்ணி உள்ளே இறங்காது தெரியுமா. அப்படியே தாமரையிலையில விழுந்த மாதிரி ஒவ்வொரு சொட்டும் உருண்டு ஓடும். ஒரு ஊரைக் கூட உள்ளே கூட்டிக்கிட்டுப் போகலாம்.'; அவர் குடையை விரித்த வாக்கில் தலைக்கு மேல் உயர்த்தினார். முத்துமணி ஃபேனில் பட்டுவிடும் என்று பதற்றப் பட்டாள்.

தாண்டவராயன் அதை விரித்த வாக்கில் எங்கே வைக்கலாம் என்று வசம் பார்த்துவிட்டு, எதுவும் திருப்தி இல்லாமல் அதை அவருக்கு, செல்லப்பாண்டிக்கு, முத்துமணிக்கு மூன்று பேருக்கும் நடுவில் தரையில் சாய்த்து வைத்தார். 'பூ மாதிரி எப்படி இருக்கு பாரு' என்று குனிந்து அதையே பார்த்து வியந்துகொண்டு இருந்தார்,

முத்துமணி கொடுத்த சேலையை உடுத்தி, கொசுவத்தை நீவிவிட்டபடி அறையிலிருந்து வெளியே வந்த சந்திரா, தாண்டு அந்தக் குடையைச் சார்ந்து நடத்தும் அத்தனை கொண்டாட்டங்களையும் தூரத்தில் நின்று அசையாமல் ரசித்துப் பார்த்த பின்பு, கவிழ்த்தி

வைக்கப்பட்ட அந்தப் பூவைப் பறிக்கப் போவது போல வந்தாள். சந்திராவின் கைகள் கும்பிட்டவாக்கில் இருந்தன.

வணக்கம்' என்று பெயர் சொல்லாமல் தாண்டவராயனையும் 'நல்லா இருக்கீங்களா சார்?' என்று செல்லப்பாண்டியையும் மரியாதை செய்தாள். 'முந்தானையை ஒரு பாய் போல இரண்டு கைகளிலும் முன் பக்கமாக விரித்து, 'சேலை நல்லா இருக்கா?' என்று நாடகபாணியில் முத்துமணியின் முன்னால் குனிந்து நிமிர்ந்தாள்.

தாண்டவராயனும் செல்லப்பாண்டியும் முத்துமணியையே பார்த்தார்கள். 'முத்துமணி அக்கா, இன்றைக்கு ஜொலிக்கிறீங்க' என்று வாய்விட்டுச் சொன்னான். 'ஆமா, பாண்டி. என்னமோ சந்தோஷமா இருக்கு' என்று இவனிடம் சொல்லிக்கொண்டே தாண்டவராயன் பக்கத்தில் போய் நின்று அவருடைய இடது கையைப் பிடித்துத் தன் கையில் வைத்துக்கொண்டாள்.

'அந்தச் சேலை தெரியுதா?' என்று சந்திராவைக் காட்டினாள். 'எட்டு வருஷத்துக்கு முந்தி ஒரு சித்திரை விசுவுக்கு நீங்க எடுத்துக் கொடுத்தது. திருச்சியிலேயோ எங்கேயோ அச்சாபீஸ்காரங்க எல்லாம் ஒரு மகாநாடு போட்டாங்கண்ணு போயிட்டு வரும் போது இதை எடுத்தாந்து கொடுத்தீங்க. உங்களுக்கு அயத்துப் போயிருக்கும். எனக்குக் கூட அப்போ ஞாபகம் வரலை. பேச்சு வாக்கில இப்ப தானாக வருது' என்றாள்.

சந்திராவையே பார்த்தவர் 'அம்சமா இருக்கு' என்றார். ரொம்ப நேரம் இமைக்காமல் அப்படியே இருந்தார். சந்திராவின் முகம் இருந்த இடத்தில் தில்லை முகம் வந்திருந்தது. தரையைப் பார்த்துக் கீழே குனிந்துகொண்டே, 'அது தான் இப்போ எங்கே உடுத்திக்கிட்டு நிக்கோ, கிழிச்சுக்கிட்டு நிக்கோ?' என்று எச்சிலை முழுங்கினார்.

'எனக்கும் அப்பவே அது ஞாபகம் வந்திட்டுது' என்று முத்துமணி குழறிக்கொண்டே தாண்டுவின் தோளில் கையை வைத்துவிட்டு அங்கிருந்து எதையோ எடுத்தது போலக் கையை விலக்கிக் கொண்டாள்.

செல்லப்பாண்டி இந்தக் காட்சி இப்படி மாறும் என்று எதிர்பார்க்கவில்லை. இதற்கு மேல் திரையை இறக்கிவிட்டு அடுத்த காட்சிக்கு நகர்வது போல, நடுவில் இருந்த குடையை எடுத்து மடக்கி, அதன் துணிமடிப்பைச் சிலுப்பி நாடா மாதிரித்

தொங்கிய அதன் கட்டுவளையத்தை அதற்குரிய பொத்தானில் மாட்டினான்.

'இப்ப என்ன மழையா வரப் போகுது? இவ்வளவு பெருசா இதைத் தூக்கிக்கிட்டு வந்திருக்கீங்க?' என்று சந்திராவைப் பார்த்தான்.

'எல்லாம் ஒரு ஞாபகத்துக்குத் தான் செல்லப்பாண்டி சார். இப்ப மழை பெய்யலை. வாஸ்தவம் தான். ஆனா எப்பவோ பெஞ்சிருக்கு இல்ல.' என்று அவன் கையில் இருந்த குடையை சந்திரா வாங்கினாள். இரண்டு கைகளிலும் அதை ஏந்தினாள். ஒரு கூர்மையான வாள் போல, கைகளுக்கும் வெளியே இடமும் வலமுமாக அது நீண்டு இருந்தது.

நேரே தாண்டவராயன் முன்னால் போய்க் குனிந்து வணங்கினாள், கண்ணை மூடி அப்படியே நின்று, 'இது உங்களுக்குத்தான்' என்று நீட்டினாள்.

கணையாழி.2018

✿✿✿

ஒரு வேரைப் பிடித்தபடி

பொதுவாகப் பத்திரிக்கை வைக்கிறவர்கள் காலையில் தான் வருவார்கள். அதுவும் ஆழ்வாரப்பன் வீட்டில் இருக்கிறாரா, அவரது புல்லட், அல்லது பெரிய வண்டி, ஜீப் நிற்கிறதா என்று பார்த்துவிட்டுத்தான் வருவார்கள். இப்படி விளக்கு வைத்த பிறகு மேல வீட்டுப் பெரிய பிச்சம்மாவும் சின்னப் பிச்சம்மாவும் ஒன்றாக நடந்து வருவது காசியம்மாவுக்கு ஆச்சரியமாக இருந்தது.

அதுவும் இன்றைக்குக் கார்த்திகை மாதப் பிறப்பு. காசியம்மா வீட்டுத் தலைவாசலில் இரண்டு விளக்குகளை ஏற்றியிருந்தாள். இரண்டும் யானை விளக்குகள். பர்மாவில் இருந்தோ ரங்கூனில் இருந்தோ அவளுடைய அம்மா வழி மூதாதை யாரோ கொண்டு வந்தது. சதைப்பற்று இல்லாமல் யானைகள் உயரமாக இருக்கும். அதன் மேல் ஒரு அம்பாரி. அம்பாரியின் உச்சிப் பகுதியில் விளக்குக் குழிவு. திரியை நன்றாக நுனியில் கனியவிட்டு, கோபிப் பொட்டு வைத்தது போல சுடர் ஒளிர ஆரம்பித்த சமயம் இரண்டு பேரும் தூரத்தில் வருவது தெரிந்தது.

மேல வீட்டில் எல்லோருடைய பெயரும் பிச்சை என்றே ஆரம்பிக்கும். பெரிய பிச்சம்மா பெயர் பிச்சை பார்வதி. சின்னப் பிச்சம்மா பெயர் பிச்சை லச்சுமி. ஆனால் ஊரில் எல்லோரும் கூப்பிடுவது பெரிய பிச்சம்மா, சின்னப் பிச்சம்மா தான். அனேகமாக காசியம்மா ஒருத்தி மட்டுமே அவர்களைப் பார்வதி அக்கா, லட்சுமி அக்கா என்று கூப்பிட்டிருப்பாள். காசியம்மா வெளியூர்க்காரி என்பது முக்கியமான காரணம்.

ஆழ்வாரப்பன் இவ்வளவு தூரம் அசலில் பெண் எடுப்பான் என்று யாரும் எதிர்பார்க்கவில்லை. ஏற்கனவே படித்து முன்னிலைக்கு வந்து வடக்கே காலேஜில் வேலை பார்க்கும் மூத்தவனுக்கு போலீஸ் கமிஷனர் வீட்டில் படித்த பெண்ணாகப் பார்த்துவிட்டார்கள். அப்பாவோடு ஊரோடு இருந்து தென்னந்தோப்பையும் விவசாயத்தையும் பார்த்துவந்த, கர்லா சுற்றி, கசரத் எடுத்து ஆள் பீமன் போல இருக்கிற, தோப்புக்காரரின் இளைய மகன் இப்படி மரப்பாச்சி பொம்மை போல ஒருத்தியைக் கட்டிக்கொள்வான் என்று எப்படித் தெரியும்? சொல்லப் போனால், மேல வீட்டுக்காரருக்கும் தோப்புக்காரர் வீட்டுக்கும் அந்தக் கல்யாணத்திற்கு அப்புறம் போக்குவரத்து சுமூகமாக இல்லாமல் போய்விட்டது. நல்லது கெட்டதில் பெயருக்குத் தலையைக் காட்டுவதோடு சரி.

மேல வீட்டுக்காரர் தன் மூத்த மகளை கம்மாய்ப்பட்டியில் ஒரு பெருங்கொண்ட விவசாயக் குடும்பத்தில் கட்டிக்கொடுத்தார். எட்டாம் கிளாசுக்கு மேல் படிப்பு வராத சின்னவள் பிச்சை லச்சுமியை வீம்புக்குப் பக்கத்து கல்லாங்கல் டவுண் முன்னாள் எம்.எல்.ஏ மகனுக்குக் கட்டிக் கொடுத்தார். அந்தப் பையன் வக்கீலுக்குப் படித்திருப்பதாகச் சொன்னார்கள். ஆனால் ரோடு காண்ட்ராக்டில் நல்ல சம்பாத்தியம். என்றாலும் சின்னப் பிச்சம்மா மழைக்கும் வெயிலுக்கும் மேலவீட்டில் தான் இருக்கிறாள். காசியம்மா கல்யாணம் ஆழ்வாரப்பனுக்கு வாழ்க்கைப்பட்டு இந்த ஊருக்கு வந்ததும் முதலில் பார்க்கவந்த சிலரில் பிச்சை லச்சுமியும் ஒருத்தி.

காசியம்மாவுக்கு நன்றாக ஞாபகம் இருக்கிறது. அன்றைக்குப் பொசுபொசு என்று தூரல் விழுந்தபடி இருந்தது. இந்த வீட்டில் இருந்த அம்பாசிடர் கார் போக, காசியம்மா வீட்டில் இருந்து தனிக்குடித்தனச் சாமான்கள் ஏற்றிவந்த ஒரு வேனும் அரை பாடி வண்டியும் தெருவில் நின்றன. பழுத்த வாழைத் தார்க் குலைகள் சாத்திவைக்கப்பட்டிருந்தன. ஜன்னல் கதவில் கழற்றிப் போட்ட வதகல் பூமாலைகள். ஒரு பச்சைப்பசேல் என்ற புல் வெளியை சதா மாடுகள் குனிந்து குனிந்து மேய்ந்தபடியே இருப்பது போல உண்டான வாசனையைக் காசியம்மாவுக்குப் பிடித்திருந்தது.

ஜமுக்காளம் விரித்து உட்கார்ந்திருந்த காசியம்மாவின் பக்கத்தில் சின்னப் பிச்சம்மா வந்து உட்கார்ந்தாள். ரொம்பப் பக்கத்தில் அவ்வளவு நெருக்கி உட்கார அவசியமில்லை. நிறைய இடமிருந்தாலும் சின்னப் பிச்சம்மா அப்படித்தான் அமர்ந்தாள்.

வண்ணதாசன் } 125

புதுச் சேலையாக இருக்கவேண்டும். கரும்புத் தோகை விளிம்பு போல அது காசியம்மாவின் தோலை உரசியது.

காசியம்மா கையை அவள் தன்னுடைய கையில் எடுத்து பூப் போல மடியில் வைத்துக்கொண்டாள். அவளுடைய அடிவயிற்றுக்கும் கீழே என்று சொல்லவேண்டும். வெது வெதுப்பு இன்னும் இருக்கிறது. அப்படி ஒரு சம்பிரதாயம் எல்லாம் கிடையாது. அவள் எழுந்து போனாள். யாரோ கூட, 'என்ன வேணும்?' என்று அவளிடம் கேட்டார்கள். ஒன்றும் சொல்லாமல், விளக்குக்கு முன்னால் இருக்கும் தாம்பாளத்தில் இருந்து சந்தனக் கும்பாவை எடுத்துவந்து காசியம்மாவின் இரண்டு கன்னங்களிலும் சந்தனம் வைத்தாள், முழங்கையில் இருந்து மணிக்கட்டு வரை இழுவினாள். அடிக்கழுத்தில் பூசினாள். மார்பில் கைபட்ட மாதிரித்தான் இருந்தது. காசியம்மாவுக்குக் கூசியது. சின்னப் பிச்சம்மா சிரித்தாள். அவளுடைய பருத்த உதடுகள் நடுங்கின. கண்கள் நிரம்பியிருந்தன. 'ஆழ்வார் செஞ்சா சரியாத்தான் இருக்கும்ணு நினைச்சேன். சரியாத்தான் இருக்கு' என்று காசியம்மாளிடம் சொன்னாள். விரல்களைக் குவித்து முத்திக்கொண்டாள். காசியம்மாவுக்கு ஒன்றும் புரியவில்லை. யார் இவள்? ஆழ்வாரப்பன் என்கிற தன்னுடைய கணவனை ரொம்ப இயல்பாக 'ஆழ்வார்' என்று சொல்கிறாள்.

காசியம்மா அவளையே பார்த்தாள். கையும் காலும் உறுதியாக இருந்தன. முடி அவ்வளவு அடர்த்தி. நடுவகிடு எடுத்து, ஒரு மாதிரிக் காது ஓரம் வளைத்து மூடியிருந்தாள். இரண்டு முழங்கைகளிலும் ஃபேன் காற்றில் நலுங்கும் அளவுக்குப் பூனை முடி. காசியம்மாவுக்குக் கொஞ்சம் பொடிக் கண்கள். அவளுக்குப் பருமனாக இருந்தன. கன்ன எலும்பு துருத்தி, சிரிக்கும் போது திரளாமல் சதையைத் தோலோடு இழுத்துக் கட்டின. உயரமும் ஜாஸ்திதான். நிலைப்படியில் குனிந்து தான் வீட்டுக்குள் அவள் வர, போக வேண்டியதிருக்கலாம்.

'என்ன பார்க்கே? நானும் ஆழ்வாரும் பால்வாடியில இருந்து ஒண்ணாப் படிச்சோம்' அவள் சிரித்தாள். அவள் சிரிக்கும் போது மீண்டும் கன்ன எலும்பு துருத்தியது. அவளுக்குச் சட்டென்று அந்த முகத்தின் அடையாளம் பிடிபட்டது. வாய்விட்டுச் சொல்லியே விட்டாள். 'உங்களைப் பார்த்தால் அச்சு அசல் என்.டி.ராமாராவ் செகண்ட் ஒய்ஃப் சிவபார்வதி மாதிரி இருக்கு' என்றாள். சின்னப் பிச்சம்மாளுக்கு என்.டி. ராமாராவ் யார் என்று தெரியவில்லை. அப்புறம் சிவபார்வதி எப்படித் தெரிந்திருக்கும்?

126 } மதுரம்

மேலும் காசியம்மாவுக்கு அது சிவபார்வதியா, லட்சுமி பார்வதியா என்று சந்தேகம் வேறு வந்துவிட்டது.

அதற்குப் பின், இதோ இப்படிக் கார்த்திகை மாதப் பிறப்பு அன்றைக்கு விளக்கேற்றும் நேரத்தில் பெரிய பிச்சம்மாவுடன் அவள் வருகிறது வரை, காசியம்மா எத்தனையோ தடவை பார்த்திருக்கிறாள். ஒவ்வொரு தடவையும் அவளுக்கு அந்த சிவ பார்வதி சாயல் ஞாபகம் வராது இருந்ததே இல்லை. அக்காள், தங்கை இரண்டு பேரும் ஒன்று போலச் சேலை எடுத்துக் கட்டி யிருக்கிறார்கள். அகல அகலக் கட்டம் போட்ட, பல வர்ணங்கள் நேர்த்தியாகக் கலந்திருந்த சேலை. காசியம்மாவுக்கு இப்போது நாற்பத்தைந்து நாற்பத்தாறு இருக்கும் எனில் பிச்சை லச்சுமிக்கு ஒன்றிரண்டு கூடுதலாக இருக்கலாம். அவளுடைய அக்காவுக்கு ஐம்பது இருக்கக் கூடும். இரண்டு பேரும் பின் கொசுவம் வைத்துக் கட்டியிருந்தார்கள்.

முன்பு உடையார் கோவில் கொடைக்குப் பொங்கல் இடும்போதும் அப்படித்தான் கட்டியிருந்தார்கள். தெரு முழுவதும் கோலம் போட்டு வாசல் முன் பொங்கல் பானை வைத்து பிச்சை லட்சுமி பனை ஓலையை அடுப்புக்கட்டிக்குள் தள்ளிவிட்டுக்கொண்டு இருந்தாள். இரண்டு வெங்கலப் பானைகள். ஒன்றில் கழுத்து தாண்டி விளிம்பு வரை தளதள என்று வட்ட நுரை அலம்பியது. எரிந்த ஓலையின் சாம்பல் அவ்வப்போது படிந்து அதன் கொதிநிலை தீர்மானித்த ஒரு நுண் கணத்தில் அது தேர்ந்துகொண்ட ஒரு திறப்பில் பொங்கி வழிந்தது. பிச்சை லச்சுமி குலவையிட்டபடியே நடந்துபோய்க்கொண்டு இருந்த காசியம்மாவைப் பார்த்தாள். குலவையை நிறுத்தாமல், ஒரு வெங்கலக் கரண்டியால் பானையைத் துளாவியபடியே, பக்கத்தில் இருந்த சருவச் சட்டியில் கோதி ஊற்றும் போதும் சிரித்தாள்.

ஒரு காகமும் அதன் பின் இன்னொரு காகமும் பறந்து போனதன் நிழல் கடக்கக் காத்திருந்து, சின்னவள் நகர்ந்துவந்து காசியம்மா கையைப் பிடித்துக் கொண்டு, ‘ நீ வாரது தெரிஞ்சதும் பால் எப்படிப் பொங்குச்சு பாரு’ என்று சிரித்தாள். ஒவ்வொரு முறை இப்படிக் கையைப் பிடித்துக்கொண்டு சொல்லும் போதும் அவள் சிரித்துக்கொண்டா, அழுதுகொண்டா சொல்கிறாள் என்பதை யாராலும் தீர்மானிக்க முடிவதில்லை. கண்கள் ஈரம் பூசிப் பளபளப்பதை வைத்து என்ன முடிவுக்கு வந்துவிட முடிகிறது?

எப்போதும் ஊரின் கடைசியில் அடிவாரத்தில் இருக்கும் கருணா அணை தண்ணீர் பெருகித்தான் கிடக்கும். தூரத்தில்

இருந்து பார்த்தால் வெவ்வேறு கூர்முனைகளுடன் மலைத் தொடர்ச்சி தண்ணீருக்குள் அமிழ, அணை மட்டம் மலை ஏறுவது போல, நீலமாகவும் கருநீலமாகவும் அருவம் கொள்ளும்.அந்த வருடம் மழை கொஞ்சம் அதிகம். மலைக்கு அந்தப் பக்கம் பெய்தது அனைத்தும் கால் காலாக இறங்கி வழிந்து அணையின் கொள்ளளவு தாண்டிவிட்டது. எச்சரிக்கைக் கொடி நாட்டிவிட்டார்கள். மதகுகள் திறக்கப்பட்டு புகைப்படலமாக நீர் சீறிக்கொண்டு போனது.

ஊரே திரண்டு போய்ப் பார்த்துக்கொண்டு இருந்தார்கள். எல்லோர்க்கும் நாள் குறித்துச் சொல்கிற புளியமரத்து வீட்டு வள்ளுவர் அன்று நிறையக் குடித்திருந்தார். பச்சைத் தலைப்பாகை கட்டிக்கொண்டு, ஒன்று மாற்றி ஒன்று ஏதோ நிறுத்தாமல் பாடிக்கொண்டே இருந்தார். கிழியவே கிழியாத குருத்து வாழையிலை பற்றிய ஒரு பகுதியை அவர் பாடும் சமயம் விவசாயம் செய்கிறவர்கள் எல்லோரும் செண்ட்ராயன் கோவில் இருக்கும் திக்கைப் பார்த்து, தலைக்குமேல் கை உயர்த்திக் கும்பிட்டார்கள். காசியம்மாவை பைக்கில் கொண்டுவந்து விட்டுவிட்டு ஆழ்வாரப்பன் தென்னந்தோப்புக்குப் போயிருந்தான்.

காசியம்மாவுக்கு மலையின் கருநீலமும் கருணா அணைத் தண்ணீரின் ஊதாத் தகடும் என்னவோ செய்தன. அவள் யாருடனும் அல்லாமல் தனியாகப் போய் நின்று பார்த்தாள். ஏழு எட்டு எண்ணம் உள்ள ஒரு யானைக் குடும்பம் அடிவாரத்தில் ஒரு முடிச்சுப் போல நகர்ந்துக்கொண்டு இருந்தது. சேலைத் தலைப்பைத் தோளின் வழியாக வலக்கழுத்துக்குச் சுற்றி முன்னால் கொண்டுபோய் நுனியைப் பல்லால் கடித்தபடி அப்படியே நின்றாள். அசையாது கிடந்த நீர் ஒரு ஊதா நிலம் போல அவளுக்குத் தெரிந்தது. தன்னால் அதன் மேல் நடந்து விட முடியும் என்று தோன்றியது.

அப்போது அவளைப் பின்னால் இருந்து யாரோ கட்டிப் பிடித்தார்கள். காசியம்மாவின் வயிற்றின் மேல் கைகளை இறுக்கினார்கள். உச்சித் தலையில் முகவாய் நாடியால் அழுத்தினார்கள். அடுக்கடுக்கடுக்காகச் சிரித்தார்கள். 'ஆழ்வார் உன்னைத் தனியா விட்டுட்டு எங்கே போனான்?' என்று கேட்டபடியே காசியம்மாவின் முதுகோடு அப்பியிருந்த தன்னை உரித்து எடுத்துக்கொண்டு பிச்சை லச்சுமி முன்னால் வந்து, மறுபடியும் காசியம்மாவின் கைகளை எடுத்துத் தன்னிடம் வைத்துக்கொண்டாள். சின்னப் பிச்சம்மாவின் கைகள் ஏன் அவ்வளவு சூடாக இருந்தன? தண்ணீர் இல்லாமல்

வெகு நேரம் அடுப்பில் இருந்த செப்புப் பானையின் வாசம் போல, இந்த இடத்தில் எப்படி அந்த வாசனை உண்டாயிற்று?

இன்னொரு தடவை இப்படித்தான் வினோதமாக ஒன்றைச் சொன்னாள். காசியம்மாவுக்கு அதைக் கேட்கும் போது பிச்சை லச்சுமிக்கு ஏதாவது கிறுக்குப் பிடித்திருக்கிறதா என்று தோன்றியது. அவர்கள் இருக்கும் மேலவீட்டின் முன்னால் ஒரு நூறு வயது அரசமரம் நிற்கிறது. அது மேல வீட்டின் தபசில் சொத்தின் எந்த எல்கைகளுக்கும் வராது என்றாலும், மேல வீட்டுக்காரர்கள் அது அவர்களுக்கு மட்டும் பாத்தியமான மரம் என்றே சொல்லிக்கொண்டு வருகிறார்கள். அதிலும் பிச்சை லச்சுமியின் அப்பா சுத்த மோசம். 'இந்த மரம் நிற்கிற இடம் மட்டும் இல்லை. அது வேர் போகிற இடம் வரைக்கும், தெற்குத் தெரு கடைசி முடிய எங்க குடும்ப குலசாமி சொத்தாக்கும்' என்று சண்டைக்கு நிற்பார்.

சின்னப் பிச்சம்மாள் சண்டைக்கு எல்லாம் வரவில்லை. ஒரு சொப்பனம் போல ஒன்றைச் சொன்னாள். பகல் முழுவதும் யாரோ அரசமர உச்சியில் இருந்து விடாமல் புல்லாங்குழல் வாசித்துக்கொண்டே இருந்தார்களாம். ஊர் முழுவதுக்கும் அது யார் என்று தெரியவில்லை. அவளுக்குத் தெரியும். அது ஆழ்வார் தானாம். வெளியே சொல்லாமல் இருந்துவிட்டாள். அன்றைக்கு இரவே பூமிக்கு அடியில் இருக்கிற ஒரு வேர் வழியாக அவள் காசியம்மா வீட்டுக்குப் பாதாள மார்க்கமாகவே வந்து சேர்ந்துவிட்டாள். பார்த்தால் ஆழ்வார் நன்கு அசந்து தூங்குகிறானாம். எத்தனை மயிர்க்கால் உண்டோ அத்தனையிலும் வியர்வை பூத்திருக்கிறது. பிச்சம்மாவுக்கு வெட்கமாகப் போய்விட்டது. அந்த நேரம் பார்த்துக் காசியம்மா குளித்த தலையை விரித்துப் போட்டுக் கொண்டு ஒரு துண்டை மட்டும் கட்டியபடி வருகிறாளாம். இவள் யாருக்கும் தெரியாமல் வந்தது போலவே, சத்தம் காட்டாமல், பூமிக்கு அடியில் வேர்கள் வழியாக மேல வீட்டில் போய்ப் படுத்துக்கொண்டாளாம். இவ்வளவையும் சொல்லிவிட்டு, 'இதையெல்லாம் போய் ஆழ்வார் கிட்டே சொல்லிக்கிட்டு இருக்காதே ' என்று முடிக்கும் அவளைப் பார்க்க காசியம்மாவுக்குப் பாவமாக இருந்தது.

இப்படிப் பார்க்கிற நேரம் எல்லாம் எதையாவது சொல்கிற அவள் இன்றைக்கு என்ன சொல்லப் போகிறாளோ என்று அசையாமல் நடுங்காமல் நின்று நிலைத்து நிதானமாக எரிந்துகொண்டு இருந்த யானை விளக்குகளையே காசியம்மா பார்த்துக்கொண்டு இருந்தாள். இரண்டு யானைகளும் அப்படியே பெரிய உருவமாக வளர்ந்து , தன்னுடைய வீட்டை நோக்கி வந்துகொண்டு இருக்கும்

பெரிய பிச்சம்மா, சின்னப் பிச்சம்மா இருவரையும் அம்பாரியில் ஏற்றிக்கொண்டு வரட்டும் என்று விரும்பினாள். அந்த வெண்கல யானைகளின் மஞ்சள் நிறமும் சுடரின் ஒளிர் நிறமும் அந்த இரு பெண்களின் பாத மட்டத்தில் தரையோடு தரையாய்ப் பெருகிக் கிடந்தன. அவர்கள் அவர்களை அறியாது அந்தத் தடத்தில் நடந்துவந்தபடி இருந்தார்கள்.

சின்னப் பிச்சம்மாவுடைய மருதாணி இட்ட கையில் ஒரு தாம்பாளம் இருந்தது. பழங்கள், குங்குமச் செப்பு எல்லாம் இருந்தன. செதுக்குவதற்கு முந்திய பாறையை கல்தச்சன் புரட்டி வருவது போல ஒரு உறைந்த புன்னகை முகத்தில் இருந்தது. அவளின் மூத்த சகோதரி பிச்சைப் பார்வதி சிரித்தாள். அவள் போட்டிருந்த வெற்றிலை அப்படிச் சிவந்திருந்தது. கீற்றுப் போன்ற உதடுகள், ஒரு பாடகியுடையதைப் போல் பிரிந்தன. சின்னப் பிச்சம்மா வலது பக்க மூக்குத்தி எனில், இவள் இடது பக்க மூக்குத்தி இட்டிருந்தாள். அகன்ற நாசித் துவாரத்தில் திருக்கும் சுரையும் தெரிந்தன.

'உங்க வீட்டுக்குத்தான் தாயி' என்று பெரிய பிச்சம்மாள் கும்பிட்டாள். ஒரு கனத்த புஜங்கள் உள்ள சிலை ஆகம சாஸ்திரப்படி வணங்குவது போல அந்தத் தோற்றம் இருட்டின் வசந்த மண்டப வரிசையில் இருந்து முன்னால் நகர்ந்துவந்து காசியம்மா முன்னால் நின்றது. அவளுடைய கையில் உச்ச வேனல் காலத்தில் மொட்டுவைத்த மல்லிகைப் பூ பந்து ஒன்று எப்படி வந்தது என்று தெரியவில்லை. காசியம்மாவிடம் அதை நீட்டினாள். கீழ்க் குரலில் 'மகராசியா இரு' என்றும் சொன்னாள்.

பிச்சை லச்சுமி ஒரு வார்த்தை கூடப் பேசாமல் தாம்பாளத்துடன் வந்தபடி இருந்தாள். இப்போதுதான் முதல் முறையாக இந்த வீட்டுக்குள் வருகிறாள் என்பதாக அவளுடைய பார்வை சுவர்களின் உயரத்தின் மீதும், மர வேலைப்பாடுகளின் நெளிவுச் செதுக்கல்கள் மேலும் ஏறி ஏறிச் சருகின.

'பொண்ணு கொடுக்கல, எடுக்கலைங்கிற கோவத்தில எங்க அய்யா ஆழ்வாரப்பன் புதுசா கட்டின இந்த வீட்டுப் பால் காய்ச்சுக்கு எங்க யாரையும் வர விடலை. இப்போ தான் வாரோம்' என்று சொன்ன பெரிய பிச்சம்மா, கண்ணைக் காட்ட, சின்னவள் ஆளுயரமாக நின்ற அன்னவிளக்குகளின் பக்கம் இருந்த சாமிபடங்களின் முன்னால் தாம்பாளத்தை வைத்தாள். நடுவில் வயிறு எக்கி ஒட்டின கோலத்தில் சம்மணம் போட்டு, உடல் முழுவதும் திருநீறு பூசி, தாடி மீசையுடன் ஒல்லியாக உட்கார்ந்திருந்த பனையடிச் சித்தரின் வரைபடம் இருந்தது. அதற்கு இடமும் வலமும் ஆழ்வாரப்பனின்

தந்தையாரான, தோப்புக்காரர் என்றும் பிரசிடெண்ட் பண்ணையார் என்றும் அழைக்கப்பட்ட பெரியவரின் படமும் அவரின் சம்சாரத்தின் படமும் இருந்தது. அவர் தலைப்பாகை கட்டி இருந்தார். அந்த அம்மாள் காது வளர்த்திருந்தாள். இரண்டு படங்களிலும் கதர்மாலை முறுக்கில்லாமல் கிடந்தது.

அடுக்களைக்குள் இருந்து வந்த சோலையம்மாள் வந்திருந்த இருவரையும் வணங்கினாள், செம்பில் இருந்து வெங்கல டம்ளர்களில் தண்ணீர் ஊற்றிக் கொடுத்தாள். அன்ன விளக்குகளில் திரியிட்டுக் குளிரக் குளிர எண்ணெய் வார்த்தாள். ஒரு பத்திக்கட்டு, தீப்பெட்டியைக் குலுக்கிப் பார்த்து வைத்துவிட்டு ஓரமாக நின்றாள். காசியம்மா போய் விளக்கேற்றி, பத்தி கொளுத்திச் சாமி கும்பிட்டாள். பெரிய பிச்சம்மாவும் சின்னவளும் பக்கத்தில் நின்று கன்னத்தில் போட்டுக்கொண்டார்கள். காசியம்மா கொடுத்த உலர் முந்திரிப் பழங்களை வாயில் ஒதுக்கிக்கொள்ள அவர்களுக்கு விருப்பமாக இருந்தது.

'கொழுந்தன் இருக்கும் போது வந்திருக்கணும். என்னமோ ஒரு கூச்சம். யார் காலத்திலோ ஈரத்தரையில வேப்பஞ்சுள்ளியை வச்சுக் கீச்சின கோடுதான். ஒரு எட்டு எடுத்து வச்சிருந்தா எப்பவோ தாண்டி இருக்கலாம். எல்லாம் பரம்பரை பரம்பரையா ஆம்பள ராச்சியம். துணிஞ்சு எங்களால தாண்ட முடியலை. அதுக்கு இப்பதான் வாய்ச்சிருக்கு' என்று பெரிய பிச்சம்மா சொல்லிக் கொண்டே போய் நிறுத்த, முதல் உளி விழுந்து முதல் சில்லுப் பெயர்ந்தது போல சின்னப் பிச்சம்மா ஆரம்பித்தாள்.

'கல்லாங்கல் பக்கம் மூனா விலக்குக்குக் கிழக்கே வீடு கட்டிப் பால் காய்ச்சு வச்சிருக்கு. ஆழ்வார், நீ எல்லாரும் வந்திரணும்' என்று பத்திரிக்கையை மேலே வைத்துத் தாம்ம்பாளத்தை அவள் காசியம்மாவிடம் நீட்டினாள். 'கணவதி ஓமத்துக்கே வந்திரணும்' என்று எப்போதும் போல காசியம்மாவின் கையைத் தூக்கித் தன் கைகளில் வைத்துக்கொண்டாள்.

'கண்டிப்பா வந்திருதோம். நல்லா இருங்க லச்சுமி அக்கா' என்று காசியம்மா சொன்னதும் அவளைத் தன்னோடு சேர்த்து அணைத்துக் கொண்டாள். மேலும் மேலும் இறுகிக்கொண்டே போனது அணைப்பு. காசியம்மாவின் முதுகைத் தடவி விட்டாள். இடுப்பை, பின் சதையை எல்லாம் உள்ளங்கை நீவிக்கொண்டே போனது. அவளைவிட உயரமான பிச்சை லச்சுமியின் நெஞ்சுப் பகுதி சேலை மொடமொடப்போடு முகத்தில் அமுங்கியது. பிச்சை லச்சுமி மூசு மூசு என்று அழ ஆரம்பித்து இருந்தாள்.

எதற்கு அழுகிறாள் என்று காசியம்மாவுக்குத் தெரியவில்லை. 'உனக்கும் எனக்கும் பெரிய வயசு வித்தியாசம் இருக்காது. ரெண்டு பிள்ளை பெத்த நீ எப்படி இருக்கே. நான் எப்படி இருக்கேன் பாரு? சமைஞ்ச பிள்ள மாதிரி அப்படியே இருக்கே. என்னைப் பாரு . எல்லாம் தொங்கிப் போச்சு. நரைச்சுப் போச்சு' என்று சொல்லிக்கொண்டே மேலும் அழ, அழ காசியம்மா, 'ஒண்ணும் இல்ல. ஒண்ணும் இல்ல' என்று எட்டின இடத்தில் அவளைத் தட்டிக்கொடுக்க ஆரம்பித்தாள்.

சின்னப் பிச்சம்மா மெதுவாகக் கூடப் பேசவில்லை. தன்னுடைய அக்கா இருப்பதையோ, அல்லது தண்ணீர் கொடுத்த செம்பும் கையுமாக அடுக்களைப் பக்கம் சோலையம்மா நிற்பதையோ பொருட்படுத்தாமல். அல்லது அவளும் காசியம்மாவும் மட்டுமே இந்த உலகத்தில் இருப்பது போலப் பேச்சைத் தொடர்ந்தாள். ஒன்றும் புரியாமல் அல்லது அவரவர்களுக்குப் புரிந்த வகையில் உணர்ந்து, பெரிய பிச்சம்மாவும் சோலையும் விலகி நின்று காசியம்மா முகத்தையே பார்த்தார்கள்.

'நீ நல்லா இருக்கிறியா காசி? சந்தோஷமா இருக்கியா? ஆழ்வார் உன்னை நல்லா வச்சுக்கிடுதானா?' என்று கேட்கக் கேட்க, காசியம்மா முன்னிலும் நிதானமாக அவளைத் தட்டிக்கொடுத்தபடி,'நல்லா இருக்கேன். சந்தோஷமா இருக்கேன்' என்றாள். கேட்கக் கூடாதைக் கேட்டுவிட்டது போல, பெரிய பிச்சம்மா காசியம்மாவிடம் மன்னிப்புக் கேட்பது போன்ற பாவனையில் கும்பிட்டுக்கொண்டே நின்றாள். அதைவிடவும், காசியம்மா அணைப்பில் இருந்து பெயர்த்து எடுப்பது போல பிச்சை லட்சுமியின் தோளைப் பற்றி அப்புறப்படுத்தவும் முயன்றாள்.

அப்படிக் கொஞ்சம் கொஞ்சமாக விலகி இருவரும் சிறிய இடைவெளியுடன் தனித்தனியாக நிற்கையில், காசியம்மாவுக்கு மிகுந்த ஆசுவாசமாக இருந்தது. அவளுக்கு சின்னப் பிச்சம்மாவைக் கூட்டிக் கொண்டு போய் அவர்களுடைய படுக்கை அறையைக் காட்டலாமா என்று தோன்றிற்று.

தரைவழியாக, ஒரு வேரைப் பிடித்தபடி பாதாள மார்க்கமாகச் சென்று மேல வீட்டு அரச மரத்தின் உச்சியில் இருந்து ஒருவன் வாசிக்கும் புல்லாங் குழல் இசையால் அந்த அறை நிரம்பியிருப்பதை அவள் கேட்க ஆரம்பித்திருந்தாள்.

மலைகள்.காம் இதழ் 160

❋❋❋

எமது வெளியீட்டில்
வண்ணதாசன் படைப்புகள்

சிறுகதைகள்

வண்ணதாசன் கதைகள்
கிருஷ்ணன் வைத்த வீடு
பெய்தலும் ஓய்தலும்
கலைக்க முடியாத ஒப்பனைகள்
ஒளியிலே தெரிவது
தோட்டத்திற்கு வெளியிலும் சில பூக்கள்
கனிவு
மனுஷா மனுஷா
சமவெளி
பெயர் தெரியாமல் ஒரு பறவை
உயரப்பறத்தல்
நடுகை
ஒரு சிறு இசை
நாபிக் கமலம்
கமழ்ச்சி

கவிதைகள்

கல்யாண்ஜி கவிதைகள்
நிலா பார்த்தல்
இன்னொரு கேலிச் சித்திரம்
மணல் உள்ள ஆறு
மீனைப்போல இருக்கிற மீன்
பூனை எழுதிய அறை
நொடி நேர அரைவட்டம்
என் ஓவியம் உங்கள் கண்காட்சி
மூன்றாவது முள்
ரணங்களின் மலர் செண்டு
அந்தரப் பூ

கட்டுரைகள்

சின்ன விஷயங்களின் மனிதன்

குறுநாவல்

சின்னுமுதல் சின்னுவரை

கடிதங்கள்

சில இறகுகள் சில பறவைகள்